अडगळ

अ ड ग ळ

दिलीपराज प्रकाशन प्रा.लि. ™

२५१ क, शनिवार पेठ, पुणे - ४११०३०.

दिलीपराज प्रकाशनाची सर्व पुस्तके आता आपण **Online** खरेदी करु शकता.

आमच्या **Website** ला कृपया एकदा अवश्य भेट द्या. अथवा **Email** करा.

Email - diliprajprakashan@yahoo.in I www.diliprajprakashan.in

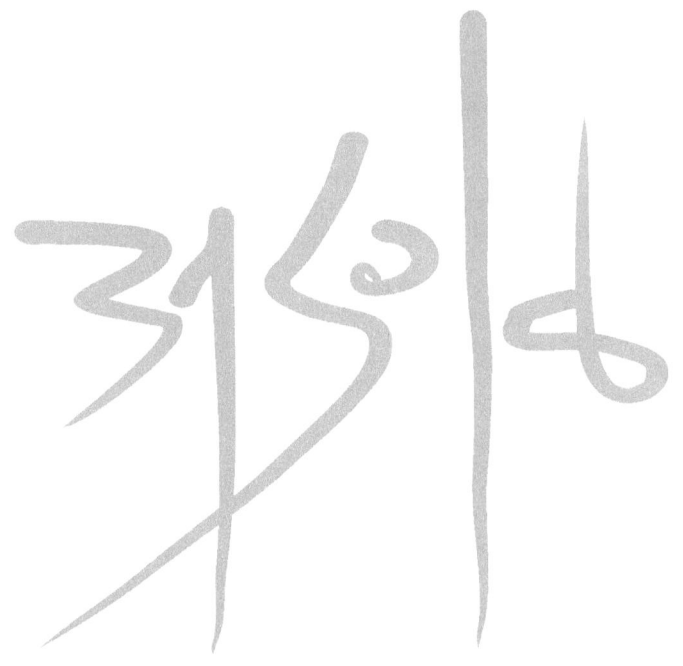

अडगळ

अ ड ग ळ

कौशिक नगरकर

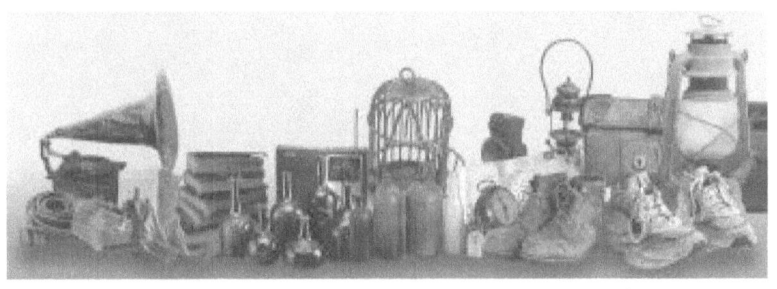

अडगळ / ADGAL

ISBN : 978 - 93 - 5117 - 030 - 3

प्रकाशक ।

राजीव दत्तात्रय बर्वे । मॅनेजिंग डायरेक्टर ।
दिलीपराज प्रकाशन प्रा. लि. । २५१ क, शनिवार पेठ ।
दूरध्वनी क्रमांक (फॅक्ससहित)
२४४७१७२३ । २४४८३९९५ । २४४९५३१४

© प्रकाशकाधीन

लेखक । कौशिक नगरकर

'यजुर्वेद' प्लॉट नं.७२, नवकेतन सोसायटी, कोथरुड, पुणे-४११०२९.

दूरध्वनी - २५४३८०४५

मुद्रक । Repro India Ltd, Mumbai.

प्रथमावृत्ती । २८ जानेवारी २०१५

प्रकाशन क्रमांक । २२००

अक्षरजुळणी । सौ. मधुमिता राजीव बर्वे
पितृछाया मुद्रणालय । ९०९, रविवार पेठ । पुणे ४११००२.

मुद्रितशोधन । मिलिंद बोरकर

मुखपृष्ठ । चिंतामणी हसबनीस

आतील चित्रे । मुकुंद बहुलकर

माधुरीस . . .

आभार

ज्ञानराज नगरकर

अभय जबडे

आनंद बदामीकर

सौ.कांचन बदामीकर

दिलीप चित्रे

अविनाश भिडे

डॉ. सौ. मंदाकिनी नगरकर

राजीव बर्वे

डॉ. मनिषा फणसळकर

चिंतामणी हसबनीस

ज्युली थॉमस

अ ड ग ळ

जमवाजमवीची तशी हौसच असते आपल्याला. रोजच्या जगण्याच्या धकाधकीत कोणत्या क्षणी कोणत्या गोष्टीचा उपयोग होईल, ते काय सांगता येतं? म्हणून जी मिळेल ती वस्तू शक्य होईल तोपर्यंत जपून ठेवण्याची धडपड उत्साहाने, हिरिरीने, अट्टहासाने आणि शेवटी अगतिकपणे आपण करीत असतो. या जमवाजमवीत आपण एवढे गर्क होऊन जातो की, जमवलेल्या गोष्टींचा उपभोग घ्यायला आपल्याला वेळ असतो कुठे? बरं, वस्तू आपल्या उपयोग्य राहिली नसेल; तर तिचा योग्य प्रकारे विनियोग करावा, कोणाला देऊन टाकावी– हे भानही आपण हरवून बसतो. आणि मग साचत जाते अडगळ. आपल्याला वेळोवेळी निरनिराळ्या कारणांनी हव्याहव्याशा असलेल्या वस्तूंचं, आठवणींचं ते एक कालातीत प्रदर्शनच असतं. या अडगळीत काय नसतं? जुने-पुराणे कपडे, खेळणी, पादत्राणे, भांडीकुंडी, डबे-बाटल्या, सुबक सागवानी मोडक्या खुर्च्या नि टेबलं, नाना तऱ्हेची रसायनं, कीटनाशकं, उंदीर पकडायचे सापळे, रॉकेलचे पंप, मुदतबाह्य झालेली औषधं, कधी काळी मरून गेलेल्या पोपटांचे पिंजरे आणि कुत्र्यांचे पट्टे, वास उडालेली अत्तरं, फुटक्या फुलदाण्या, वाळून पिवळ्या पडलेल्या वर्तमानपत्रांचे व पुस्तकांचे ढीग, जुन्या उरलेल्या निमंत्रणपत्रिका, देवादिकांची-नट-नट्यांची कॅलेंडरं, कुजलेली व कुबट वास येणारी जाजमं आणि गोणपाटं, कधी काळी बंद पडलेली घड्याळं, मान मोडलेल्या व हात तुटलेल्या मूर्ती, तऱ्हेतऱ्हेचे पट्टे, दोऱ्या, सुतळ्या, मोडक्या कात्र्या व सुऱ्या, असंख्य गंजके खिळे, सुतारकामाची हत्यारं, वाळलेल्या चिखलाचे पोपडे पाडणाऱ्या कुदळी आणि फावडी, कुलपं हरवलेल्या किल्ल्यांचे जुडगे, किल्ल्या हरवल्यामुळे उचकटून काढावे लागलेले कुलपासहित कडी-कोयंडे, आधुनिक तंत्रज्ञानाचे बळी रेडिओ-ट्रान्झिस्टर्स, खलबत्ते, उखळी, जाती, पाटे-वरवंटे, पितळेचे सणसणीत तांबे, जुन्या तलवारी आणि ढाली, आंब्याच्या मोडक्या पेट्या, कधी काळी दाराला शोभा देणारी तोरणं, गेलेले

दिवे आणि ट्युबलाइट्स आणि धूळभरल्या प्लॅस्टिकच्या अगणित पिशव्या आणि शीत पेयांच्या बाटल्या, जुने फोटोग्राफ्स, तसबिरी, सांबरशिंग, मोडी लिपीत लिहिलेला पत्रव्यवहार, ग्रामोफोनच्या तबकड्या आणि कर्णे... जुनं आणि नवं, अनमोल आणि मातीमोल, सुरूप आणि कुरूप– अशा विरोधी स्वरांची सुरेख मैफलच असते अडगळीची एक-एक खोली म्हणजे. घरातली माझी अत्यंत प्रिय जागा कोणती असेल, तर ती अडगळीची खोली!

अडगळ म्हणजे कचरा नव्हे. कचरा आपण निर्विकारपणे, नाक धरून टाकून देतो. कचऱ्याविषयी आपल्याला काहीशी घृणाच असते. आसक्ती तर मुळीच नसते. कचरा टाकताना आपल्याला कोणी पाहू नये आणि आपल्या कचऱ्यात काय आहे हे कोणाला समजू नये, अशीच आपली धडपड असते. अडगळीचं तसं नाही. आपल्या अडगळीवर आपलं प्रेम असतं, तिचा अभिमान असतो; कारण आपल्याला प्रिय असलेल्या वस्तूंचीच अडगळ होऊ शकते. त्यांचा त्याग करताना आपल्याला यातना होतात. अडगळ फेकण्याचे प्रसंग आपण हरप्रयत्नाने टाळू पाहतो. त्या वस्तू पुन्हा वापरात आणायचा प्रयत्न करतो. ते जमलं नाही, तर कोणाला उपयोगी पडतील म्हणून देण्याचा प्रयत्न करतो. अगदी काहीच राहिलं नाही, तर विकून निदान त्या वस्तूचं मोलं मागू पाहतो. अडगळीचा आपण निरोप घेतो; नाइलाजानं ती टाकून कधीच देत नाही. अडगळीतली एखादी वस्तू सुस्थळी पडते, तेव्हा आनंद म्हणजे काय याचा आपल्याला साक्षात्कार होतो.

अशीच अडगळ माझ्या मनाच्या खोलीत दाटत गेली. विचार येतील तसे लिहीत गेलो. लिहिण्याचा आनंद लुटला. कधी कविता, कधी लेख... एक-एक करत साचत गेले. काही विनोदी, काही गंभीर; काही बाळबोध, काही दुर्बोध. एकमेकांशी अर्थाअर्थी काहीही नातं नसलेले. पण तरी एकाच डोक्यात नांदावे लागणारे असे हे विचार नाना रूपं घेऊन कधी चोरपावलांनी, तर कधी गदारोळ करीत आले आणि टाळक्यात ठाण मांडून बसले. काही वेळा गर्दीगर्दीने आले; तर काही वेळा खूप उशीर करून, वाट पाहायला लावून 'देरसे' आले आणि माझ्या डोक्यात त्यांनी मस्त मैफिल जमविली.

कितीही टाळू पाहिले तरी एक वेळ अशी येते की– अडगळीने खोली भरून जाते, पण नवी अडगळ येतच राहते. मग नाइलाजाने, आळस झटकून अडगळ आवरावीच लागते. ही अडगळ सुस्थळी पडावी, याच भावनेने मी आता तुम्हाला सादर करतो आहे. आवडेल अशी आशा आहे.

अनुक्रमणिका

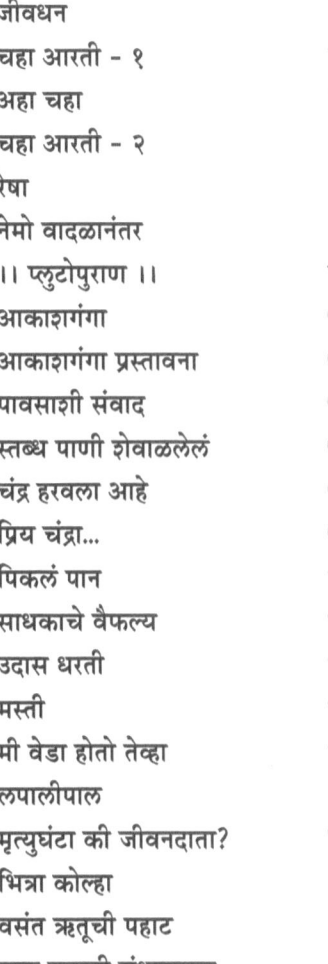

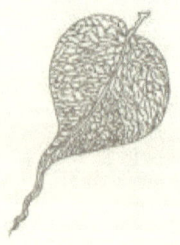

जीवधन

"धाड्ऽ धाड्ऽऽ धऽडाड्ऽऽऽ" तोफांचे आवाज आले आणि पाठोपाठ "कौशिक... कौशिऽऽक" अशा हाका. मी एकदम दचकलोच. 'काही तरी गोची आहे यार. तोफांचे आवाज आले लढाईवर तर त्यात काही नवल नाही, पण हाका कोण मारतंय भर युद्धात? आणि त्यासुद्धा बायकी आवाजात? आणि कशाला? लढाईवर बायका काय करतायत? पण मुख्य प्रश्न असा आहे की...'

पण तोवर आणखी आवाज आले आणि अजून हाका. माझा मुख्य प्रश्न काय होता, ते मला कळायच्या आधीच माझ्या तोंडावरचे पांघरूण खस्सदिशी ओढले गेले, प्रकाशाने डोळे दिपले. आई आठवली. आणि त्या क्षणी लक्षात आलं की, समोर आईच उभी आहे! पण नेहमीच्या प्रेमळपणाचा अंशसुद्धा तिच्या आवाजात नव्हता. "साडेचार वाजलेत. गीझर ऑन केलाय. तुला जायचं नसलं, तर तो बंद करून मग झोप. यांचे मेल्यांचे ट्रेक आणि मला नस्ता कहार! आता मी परत उठवणार नाही." असं खेकसून ती निघून गेली.

डोळे अगदी उघडत नव्हते. पांघरूण ओढून मी परत झोपणारच होतो (मरू दे तो गीझर)... पण तेवढ्या क्षणात मित्रांचे कुत्सित चेहरे नजरेसमोर आले आणि पांघरूण लाथेने उडवून मी अंथरुणाचा त्याग केला. एवढ्या थंडीत अगदी ट्रेकसाठीसुद्धा– पहाटे उठायचे म्हणजे एक त्रासच असतो.

'साडेचारच वाजतायत ना? नो प्रॉब्लेम! साडेपाचला बसस्टॉपवर भेटतो', असं उमेशला कबूल केलं होतं. 'हे बघ– मी बसस्टॉपवर पाच चाळीसपर्यंत थांबीन फार तर. नंतर सरळ रिक्षा पकडून चालता होईन. दर वेळी घरी येऊन घेऊन जायला तू काही माझा जावई नाहीस!' असा सज्जड दम उमेशने आधीच दिलेला होता.

'साडेपाचपर्यंत कंफर्टेबली अंघोळ, चहा वगैरे आटपून आरामात जाईन बसस्टॉपवर...', असं म्हणत अंघोळीला गेलो आणि 'कंफर्टेबली' अंघोळ करून बाहेर आलो, तेव्हा पाच पंचवीस झाले होते. मग नेहमीचीच हातघाईची लढाई

सुरू झाली आणि पहिला बळी गेला चहाचा. काल संध्याकाळपासून सॅक भरायला सुरुवात केली होती खरी, पण अजून अनेक गोष्टी 'भरू उद्या' असं म्हणून तशाच राहिलेल्या. त्यांची शोधाशोध. बरं, दोरी हवी म्हणून शोधायला लागलो की नको-नको त्या चिजा सापडतात, पण दोरी सापडत नाही– हा सार्वत्रिक (आणि वैयक्तिक) अनुभव. किती वेळा हाच अनुभव घेऊनसुद्धा आपण का बरं त्यातून शिकत नाही, असा विषादपूर्ण विचार करीत दोरी कॅन्सल केली. कारण अजून बुटाच्या लेसेस लावायच्या होत्या. नशीब इतकंच की, त्या कालच शोधून ठेवल्या होत्या.

सॅक कशीबशी भरून बसस्टॉपवर पोहोचलो, तर उमेश रिक्षात चढतच होता. त्याने नाराजीचा एक तीव्र कटाक्ष टाकला. नेहमीच्याच सफाईने तो चुकवून मी रिक्षात घुसलो. आता रिक्षा वेळेवर शिवाजीनगरला नेणे हे रिक्षावाल्याचे काम असल्याने जरा निवांत झालो आणि "तू येशील असं वाटलं नव्हतं." (उमेश अजून घुश्शातच) "घरच्यांनी चिडचिड केली रे... पण तरी जमवलं." (सॉरी न म्हणता सॉरी) असे स्टॅन्डर्ड डायलॉग टाकत बसलो.

शिवाजीनगरला पोहोचल्यावर आम्हीच पहिले आहोत, हे पाहून (मला) हर्षवायू व्हायचा बाकी राहिला. हे म्हणजे पहिल्याच चेंडूवर सिक्सर मारल्यासारखं झालं होतं. 'ट्रेकची सुरुवात तर छान झाली. या वेळी मी माझ्यावरचा कलंक धुऊन काढणार निश्चित!' मी स्वतःशीच बोललो. हा कलंक फार घोर होता. म्हणजे झालं होतं असं की, आजचा जीवधनच्या ट्रेकचा माझा तिसरा अॅटेम्प्ट होता. यापूर्वीचे दोन ट्रेक फसले होते आणि या वेळी पास होणं केवळ आवश्यक होतं. पहिल्या ट्रेकच्या वेळी असं झालं की, संध्याकाळी साडेसात वाजताची गाडी होती आणि सात वाजेपर्यंत सगळं ठीक होतं. आम्ही एका वाढदिवसाच्या पार्टीचा केक खात होतो. तिथून मी घरी यायला निघालो आणि वाटेत वळणावर घसरून पडलो. पाय मुरगाळला. अशा परिस्थितीत ट्रेकला जाण्यात काहीच अर्थ नव्हता. पण खाण्याचे सामान तर माझ्याकडे. धावपळ करून सामान आणि निरोप गाडीवर पोहोचवला. परंतु त्या दिवशी संध्याकाळी सात वाजेपर्यंत माझ्याबरोबर असणारे मित्र यावर काही केल्या विश्वास ठेवायला तयार नाहीत. माझ्या त्या पडण्यामागे पूर्वनियोजित कट आणि काही तरी खास कारण होते, असा त्यांचा दावा आहे. आणि भरीस भर म्हणजे तो ट्रेक उत्तम पार पडला (मी नसल्यामुळे, असेही ते म्हणतात). दुसरा प्रयत्न केला, तेव्हा जरा अधिक प्रगती झाली. म्हणजे घरातून निघालो, इतकंच नाही तर जुन्नरपर्यंत पोहोचलो. पण तिथे

समजले की, जीवधन किल्ल्याजवळ जाण्यासाठी जी अंजनावळे गाडी आहे, ती पावसाळ्यात खराब रस्त्यामुळे कॅन्सल होते; ती अजूनही चालू झालेली नाही. ही डिसेंबर महिन्यातली गोष्ट! मग काय, आता जुन्नरला आलोच आहोत तर जाऊ या पुन्हा एकदा, असे म्हणून शिवनेरी किल्ल्यावर गेलो. आता शिवनेरी हा किल्ला म्हणून कितीही चांगला असला, वंदनीय असला तरी ट्रेकिंगसाठी अगदीच अळणी आहे. कारण तो इतका भर वस्तीत आहे की, पर्वतीवर गेल्यासारखेच वाटते. शिवाय वर जायला चांगली डांबरी सडक आणि बांधीव पायऱ्या. त्यामुळे सर्कशीतल्या सिंहासारखा तो बिचारा माणसाळलेला आहे. प्रचंड चिडचिड होऊन आम्ही परत आलो. जीवधनला जाण्याची आस आणिकच तीव्र झाली होती.

हळूहळू एक एक डोकी उगवू लागली. गाडी प्लॅटफॉर्मला लागायच्या आधीच सर्व जण हजर झाले, तेव्हा सर्वांनांच आश्चर्याचा सुखद धक्का बसला. (या प्रवासातला हा पहिला आणि शेवटचा सुखद धक्का होता, हे तेव्हा समजलं असतं तर?) हे काय? म्हणजे काहीच टेन्शन नाही? निदान एकाने तरी उशिरा यायचे; म्हणजे मग इतर प्रवाशांपासून जागा सांभाळायचं, बस उशिरा सोडावी म्हणून कंडक्टरच्या विनवण्या करण्याचं थ्रिल अनुभवता येतं. यापूर्वी मी ही कामगिरी अनेकवार निष्ठेने बजावली होती. तेवढ्यात जुन्नर गाडी प्लॅटफॉर्मला लागली. त्याच वेळी लाऊडस्पीकरवर तशी घोषणा झाली आणि ती चक्क समजण्यासारखी ऐकू आली! हा दुसरा धक्का. गाडीपाशी गेलो, तर गाडीला गर्दीच नाही! हे आता फारच होतंय, असं वाटून उमेश आणि शेखरने त्यातल्या त्यात जी काही चार-दोन माणसं होती, त्यांच्याशी धक्काबुक्की करून घेतली आणि आत जागा पटकावली. रिकाम्या सीटवर सॅक फेकून आम्हा मित्रांसाठी जागा अडवून ठेवली. त्यांतल्या एका जागेवर एक पन्नाशीचे गृहस्थ बसू लागल्यावर– "अहो, ही जागा मी धरलीय; तुम्ही दुसरी जागा पाहा की-" असं म्हणून उमेशने बाह्या सरसावल्या. पण जागेवरून भांडण करण्याचा हा त्याचा प्रयत्न निष्फळ ठरला. "अहो, मी पण तुमच्यातलाच आहे होऽ" असं उत्तर त्यांनी दिल्यावर ते राईलकरसर आहेत, हे कळले. सरांना उमेशने पूर्वी कधी पाहिले नसल्याने ही 'मिष्टेक' झाली (उमेश एकटाच इंग्लिश मीडियमचा). राईलकरसर हे 'सर' असूनही आमचे मित्र कसे, याला– 'असतात असेही काही सर' यापरतं काय उत्तर असणार? त्यानंतर बराच वेळ उमेश गप्प होता. बहुधा याआधी आपण 'सरांसमोर' बोलू नये ते बोललो का, हे आठवून पाहत असावा.

गाडीत प्रत्येकाला बसायला स्वतंत्र सीट आणि वर जागा शिल्लक उरलेली– अशी चैन झाल्यामुळे आनंदातिरेकाने आमची झोपच उडाली. निरर्थक गप्पांना आलेला ऊत थेट चाकण येईपर्यंत टिकला. त्यानंतर मात्र एक-एक जण मुंडी डोलवीत निद्रादेवीला शरण गेला. पेंगत-पेंगतच गाडी जुन्नरला पोहोचली. उतरल्याबरोबर प्रथम सामान बाहेर काढले, कंट्रोलरसाहेबांच्या केबिनकडे धाव घेतली आणि अंजनावळे गाडीची चौकशी सुरू केली. सुदैवाने खुद्द कंट्रोलरसाहेब जागेवर होते. पण ते कोणाला तरी कसा 'सुधरवला' हे दुसऱ्या कोणाला तरी रंगवून सांगण्यात दंग होते. त्यामुळे "साहेब, अंजनावळे गाडी किती वाजता आहे, साहेब?" हा प्रश्न पंधराव्यांदा विचारल्यावर त्यांनी बाजूला पिंक टाकता-टाकता "गाडी अंजनावळ्याला जाणार नाऽहीऽ" असे उत्तर दिले. "काय?!!" आम्ही सगळे एकसुरात ओरडलो. पण कंट्रोलरसाहेबांना आमच्याकडे लक्ष द्यायला वेळ नव्हता. शेवटी तिथून जाणाऱ्या दुसऱ्या एका खाकी कपड्यांतल्या माणसाला पकडले– म्हणजे चारी बाजूंनी अक्षरश: घेरलेच त्याला. त्यांनी सांगितले की, त्या भागात गेले दोन-तीन दिवस जोरदार पाऊस झाल्यामुळे गाडी अंजनावळ्यापर्यंत जात नाही, खरकुंबीपर्यंत जाते.

"म्हणजे गाडी आहे तर! (हुश्श...) मग ठीक आहे. तिथून घाटघर किती राहिलं?"

"घाटघर... तरी असेल बघा... एक-दोन मैल."

"हो का? दोन मैल?"

"हेच काय तरी दोन-चार... पाच मैल धरा तुम्ही."

"आँ! दोन मैल की चार मैल?"

"अरे, चार किलोमीटर म्हणायचं असेल रे त्यांना. दोन मैल म्हणजे साधारणपणे चार किलोमीटर होतात." कोणी तरी तारे तोडले.

"चू ऽऽऽक. पाच मैल बरोबर आठ किलोमीटर; तेव्हा दोन मैल म्हणजे तीन पूर्णांक दोन दशांश किलोमीटर– चार किलोमीटर नाहीऽ" असे त्याला दुसऱ्या कोणी तरी खडसावले.

"मी 'साधारण' म्हटलो, ते ऐकलंस ना? का थंडीने कान फुटले तुझे?"

"चार किलोमीटर म्हणजे 'साधारण' तीन किलोमीटर काय? गणितात शेण खाल्लंस ते यामुळेच..."

मूळ प्रश्न राहिला बाजूला आणि यांचीच जुंपली. त्या खाकी कापडेवाल्यानी तेवढी संधी साधली आणि "हां, तेच ते. किलोमीटर– चार किलोमीटर" असे

गुळमुळीत बोलून काढता पाय घेतला. आता चार मैल आणि चार किलोमीटर यांतला फरक त्याच्या दृष्टीने किरकोळ असला तरी आमच्या दृष्टीने महत्त्वाचा होता. कारण शेवटी चालायचं आम्हाला होतं. अखेर त्याचा नाद सोडला आणि पुन्हा कंट्रोलरसाहेबांचे पाय धरले. तेही नुकतेच 'मोकळे' झाले होते. त्यामुळे त्यांनी पहिल्याच प्रश्नाला डायरेक्ट उत्तर दिले.

"साहेब, गाडी खरकुंबीला जाईल का?"

"हो."

"तिथून घाटघर किती आहे?"

"असेल सात-आठ मैल."

"सात मैल? अहो, आत्ताच ते दुसरे चार मैल म्हणत होते."

"असेल."

प्रत्येक प्रश्नाला खरकुंबी आणि घाटघर यांतलं अंतर वाढतच चाललंय, हे पाहून आम्ही हाय खाल्ली आणि तो प्रश्न विचारायचंच बंद केलं.

"गाडी कधी आहे?"

"ही काय निगंलच आत्ता–"

लगेच सगळ्यांनी गाडीकडे धाव घेतली. सामान सीटवर टाकले आणि चहा पिण्यासाठी निघालो. खरकुंबी ते घाटघर अंतर नक्की किती, हा प्रश्न अनुत्तरितच राहिला होता. मात्र कितीही चालावं लागलं तरी चालेल, पण जीवधनला जायचेच– यावर सर्वांचेच एकमत होते. गाडीत बसल्यावर बँकेतले एक सभ्य गृहस्थ भेटले. ते सभ्य होते याची प्रचिती लगेचच आली, कारण त्यांनीच अखेर या अंतराच्या रहस्याचा भेद केला. बँकेत कामाला असल्याने अंकगणित पक्के असणार त्यांचे. "जुन्नरपासून आपटाळे जितकं आहे तितकंच पुढे घाटघर आहे आणि खरकुंबी दोहोंच्या बरोबर मध्यावर आहे. आपटाळे जुन्नरपासून चौदा किलोमीटरवर आहे, म्हणजे घाटघर असेल अठ्ठावीस किलोमीटर!" असं काळ-काम-वेगाचं गणित घालत आणि स्वत:च सोडवत त्यांनी शेवटी खरकुंबी ते घाटघर हे अंतर सात किलोमीटर असल्याचा निर्वाळा दिला (आणि नंतर तो खराही ठरला). जीवधन भागात काल-परवा आठ इंच पाऊस झाला, असेही त्यांनी सांगितले; तेव्हा मात्र या सात किमी अंतराच्या सत्यतेविषयी पुन्हा एकदा शंका वाटू लागली. डिसेंबर महिन्यात पाऊस? तोसुद्धा एका दिवसात आठ इंच? काही तरी फेकू नका राव! (हे अर्थात मनातल्या मनात) खरकुंबीत उतरलो तेव्हा तर खात्रीच झाली, कारण एवढा पाऊस झाल्याची काहीच चिन्हं

आजूबाजूला दिसत नव्हती. रस्त्यावर उगाच थोडी ओल होती, एवढंच.

आता इथेच जेवावे का नंतर जेवावे, याविषयी चर्चा सुरू झाली. तोपर्यंत काही चतुर मंडळींनी बिस्किटाचे पुडे फोडलेसुद्धा होते. चर्चाशील सदस्यांना जेव्हा त्यांची कुणकुण लागली, त्याबरोबर चर्चा थांबली आणि त्या बिस्किटांसाठी अन् नंतर उरलेल्या चुऱ्यासाठी माफक चढाओढ होऊन आम्ही मार्गस्थ झालो. कमीत कमी दोन तास आणि कदाचित चार तास चालावे लागणार असल्यामुळे वेळ घालवून चालणार नव्हते. सुमारे पंधरा-वीस मिनिटे चालल्यावर एक मुलगा वाटेत भेटला. त्याला राम-राम घातला आणि तो कुठे जाणार याची चौकशी सुरू केली. तो बऱ्याच लांब अंतरावरच्या गावाला जाणार होता. त्याला घाटघरला जाण्यासाठी जवळचा रस्ता आहे का म्हणून विचारलं, तर तो म्हणाला, "शार्कट हाये. पन तुमी गाडीरस्त्यानेच जा. नाही तर चुकाल." पण गाडीरस्ता डोंगराकडेकडेने गेलेला होता. त्या वाटेने गेलो तर बरेच लांब पडेल, उशीर होईल; म्हणून आम्ही तुझ्याबरोबर येतो– म्हटले आणि निघालो.

आता रस्ता सोडून शेतातून, ओढ्यावरून वाट निघालेली. चालता-चालता मधेच त्याने एका डोंगराकडे बोट दाखविले. "विमान पडले तो दौंड्या डोंगर." कोणाला तरी आठवले की, फार वर्षांपूर्वी जुन्नरजवळ एक विमान डोंगरावर आदळून कोसळले होते. प्रवासी आणि वैमानिक यांपैकी कोणीही बचावले नव्हते. परंतु याला अधिक काही माहीत नव्हते. "काई ठावं न्हाई. आमचा जनम बी झाला नवता तवा." राईलकरसरांना तो अपघात आठवत होता. वीस-पंचवीस वर्षं तरी झाली असतील, म्हणाले. पंचवीस वर्षांपूर्वी या भागाची काय स्थिती असेल? आजसुद्धा तिथे एस.टी. जाऊ शकत नाही. अर्ध्या-पाऊण तासाच्या वाटचालीनंतर शेतातून उतार चालू झाला, तो थेट ओढ्याकडे घेऊन गेला. छान थंडगार वाहतं पाणी होतं, गारेगार सावली होती. थोडा वेळ टेकण्याचा मोह अनिवार झाला, पण वेळच नव्हता.

शहरी जीवनातल्या वेळेच्या बंधनाला कंटाळून खरं म्हटलं तर आम्ही ट्रेकला जातो, पण घड्याळ तिथेही आमची पाठ सोडायला तयार नसते. आणखी तासाभराच्या वाटचालीनंतर एकाच्या दोन पायवाटा झाल्या. आम्ही सरळ रस्त्याने जायचे होते व त्याला उजवीकडची वाट धरायची होती. या वाटेने सरळ गेलात की मोठा रस्ता लागेल; तो थेट घाटघरला जातो, असे म्हणून त्याने आमचा निरोप घेतला. पण लगेच पाठ फिरवून तो चालू लागला नाही. आम्ही बरोबर रस्ता पकडून चालू लागलो, तेव्हाच तो तिथून हलला. त्याला घड्याळाची

गुलामगिरी नव्हती म्हणा किंवा जबाबदारीची जाणीव होती म्हणा– कदाचित दोन्हीही.

रस्त्यावर लागलेले पहिले झाड दिसताच 'अहाहा!! जीवधन काय मस्त दिसतोय' असं म्हणत आम्ही लगेच बसकण मारली. उरलेले लोक येऊन पोहोचेपर्यंत जेवायला सुरुवात पण झाली होती. जेवून सुस्ती आल्यावर चालणे नकोसे वाटू लागले आणि त्यातच भरीला उन्ह पण रणरणत होते. रडत-खडत-रेंगाळत आम्ही कसेबसे घाटघरला पोहोचलो, तेव्हा एक वाजून गेला होता. गावात आल्याबरोबर एक विहीर दिसली आणि एक म्हातारबाबा. बाकी इतर कच्चीबच्ची आणि दोन-चार शेळ्या, कुत्री वगैरे ऐवज होताच. आम्ही गेल्या-गेल्या म्हातारबाबांनी आमचा ताबाच घेतला. अंगात एक फाटका स्वेटर, डोक्याला चिरगुट गुंडाळलेलं, हातात काठी आणि पायांत झिजलेल्या वहाणा– असा अवतार. अंगाने किंचित स्थूल, काळ्या-पांढऱ्या छपरी मिशा, उन्हाने रापलेला-सुरकुतलेला पण आनंदी हसरा चेहरा... असे ते बाबा आमच्या स्वागताला लगबगीनं पुढे सरसावले. हे कोण शेरातले पावणे आले, म्हणून दोन-चार पोरं गोळा झाली. झिपऱ्या मागे सारत, शेंबूड पुसत, थोडं स्वतःशी अन् थोडं आपल्याकडे पाहून लाजत हसत राहिली. खरं म्हणजे, त्यांना काही गोळी-बिस्कीट द्यायला पाहिजे होतं. पण सुचलंच नाही. बाबांच्या घरी, म्हणजे झोपडीत सामान ठेवून आम्ही निघालो, तर काठी टेकीत म्हातारबाबा आमच्या पुढे.

"बाबा, ओ बाबाऽऽ आम्ही जातो. तुमी कुठं येता उगीच?"

"पोरांहो, तुमाला वाट घावनार नाय बाबा."

"अहो बाबा, आमच्यातले काही जण गेल्या वर्षी आले होते. त्यांना म्हाइताय वाट."

"नाय रं बाबा, वाट लई वंगाळ हाय– चुकताल."

"आय थिंक ही इज गोइंग टू एक्सट्रॅक्ट सम मनी–"

"दॅट वी आर गोइंग टू गिव्ह हिम एनीवे."

"व्हाय शुड द ओल्डमॅन एक्झर्ट हिमसेल्फ?"

"मे बी ही वॉन्ट्स टू अर्न हिज मनी."

...आणि म्हातारबाबा आमच्याबरोबर चालत राहिले.

गावातून बाहेर पडलेली वाट काही वेळातच पायथ्याच्या दाट झाडीत शिरली, इतके किल्ल्यापासून गाव जवळ आहे. वाट मधूनच कारवीतून जात होती. बाकी काही त्रास नव्हता. समोरच्या डोंगराची सावली मिळत असल्याने

उन्हाचा तापही जाणवत नव्हता. मधूनच एखादा 'रॉकपॅच' लागायचा. मग जरा टेकायचे, हाश्‌हुश्‌ करीत पाणी प्यायचे; परत चढायला सुरुवात. असे करत जसजसे उंचावर गेलो तसतशी घरे-गुरे लहान-लहान होत गेली. क्षितिज विस्तारत गेले. आतापर्यंत न दिसलेली डोंगरांची शिखरे दिसू लागली. त्यांचे छातीचा ठोका चुकवणारे, अक्राळ-विक्राळ कोकणकडे दिसले. दूरवर जुन्नरपर्यंतचा परिसर दृष्टिपथात येत होता. ढगांच्या सावल्यांचा खेळ पाहायला मजा येत होती. दाट कारवीतून जाताना अजूनही आम्ही नक्की वर कुठून जाणार याचा पत्ता लागत नव्हता. तेवढ्यात पायऱ्या लागल्या. मधेच म्हातारबाबांनी थोडे बाजूला बोलावून एक भुयार दाखविले. ती थेट गडावरती घेऊन जाणारी चोरवाट आहे, असे त्यांचे म्हणणे पडले. भुयार अगदी अरुंद– साधारणपणे एक माणूस सरपटत जाऊ शकेल असे होते. वीस-पंचवीस फूट सरळ गेल्यावर आत वळलेले जाणवत होते. भुयारात थोडे पाणी साचलेले दिसले. आत शिरण्याचा मोह झाला, परंतु जवळ चांगली बॅटरी नव्हती; तेव्हा नसते धाडस नको, असे म्हणून परत फिरलो. पायऱ्या चढून वर गेलो आणि येणार-येणार म्हणून गाजलेले 'रॉक पॅचेस' आले. हे तसे कृत्रिम रॉक पॅचेस होते. म्हणजे एके काळी सुस्थितीत असलेल्या पायऱ्या कोणी तरी फोडून टाकल्यामुळे निर्माण झालेले. या ठिकाणी पूर्वी नक्कीच पायऱ्या असणार, कारण खाली आणि पुढे वरती जाणाऱ्या पायऱ्या शाबूत होत्या. या ठिकाणी मात्र कातळ सुरूंग लावून फोडल्याच्या खुणा स्पष्ट दिसत होत्या. हा बहुधा इंग्रजांचा उद्योग असणार. पेशवाई बुडविल्यावर त्यांनी बहुतेक किल्ल्यांची अशी नासधूस केली की, जेणेकरून ते पुन्हा वापरता येऊ नयेत. अशा किल्ल्यांच्या दुर्गमतेमुळे, त्यांच्या आश्रयाने बंड उभे राहणे सहजशक्य होते आणि राहिलेही. भाई कोतवाल आणि वासुदेव बळवंत फडके ही त्याची दोन धगधगती उदाहरणे.

अर्थात, या ठिकाणी जरा अवघड भिंत चढावी लागणार असल्यानेच थोडी मजा येणार होती. तसा हा खडक चढायला अगदी अशक्य असा नव्हता. जागोजागी भरपूर खाचा-खोबणी होत्या. शिवाय इथे अगदी उभा कडा नसून हा भाग एखाद्या पन्हाळीसारखा होता. फक्त खाचा जरा दूर-दूर असल्याने हात-पाय ताणावे लागत होते. राईलकरसर प्रथम इथेच थांबतो, म्हणाले. नाही म्हटलं तरी चढण जरा दमवणारीच होती. पण जरा बसून पाणी प्यायल्यावर म्हणाले, 'ट्राय करके तो देखेंगे.' आणि मग पोचलेच वरती. (म्हणजे गडावर) म्हातारबाबांनीसुद्धा काठी बाजूला ठेवली आणि आले की वर चढून! आता पुन्हा पायऱ्या लागल्या

आणि एकदम गडाचा माथाच आला. बुरूज, महादरवाजा वगैरे काहीच नाही. इतर अनेक किल्ल्यांप्रमाणे जीवधनवर प्रवेश करण्याचा मार्गदेखील लपविलेला आहे; म्हणूनच खालून पाहिलं असता, रस्ता अजिबात कळत नाही.

गड अगदीच लहानखोरा आहे, असे प्रथमदर्शनीच लक्षात आले. बांधकामही फारसे नव्हते. थोडे पुढे चालत गेल्यावर मात्र एक गुहाही म्हणता येणार नाही आणि बांधलेले मंदिरही नाही, अशी वास्तू लागली. म्हातारबाबांनी सांगितलं– "हा चांदबीबीचा महाल आहे. खरी चांदबीबी!" म्हणजे कोण, ते आम्हाला समजलं नाही. एकंदर प्रकार खोदलेल्या गुहेला बांधीव एक्सटेन्शन असावे तसा आहे. मंदिरासारखे भासले, पण आत कोणतीही मूर्ती दिसली नाही. पुष्कळ खोल्या असाव्यात, परंतु अंधारामुळे नीट निरीक्षण करता आले नाही. बरं, मुसलमानी बांधकाम आहे म्हणावे तर बाहेर हत्ती, शंख, कमळ वगैरे कोरलेले आहेत. बहुधा किल्लेदाराची राहण्याची जागा असावी, असा तर्क आम्ही केला. नाणेघाटाचा संरक्षक म्हणून या किल्ल्याचे महत्त्व फार प्राचीन काळापासून असले पाहिजे.

थोडा दम खाल्ल्यावर सरांनी एका दगडावर बैठक मारली आणि पोतडीतून बासरी काढली. रणरणत्या उन्हातून उभा डोंगर चढून आल्याचा सगळा शीण त्या थंडगार अंधारात बासरीवर 'शिवरंजनी' ऐकताना विरून गेला. नादविश्वात हरवून समाधी लागण्याचा तो अनुभव शब्दांत पकडण्यापलीकडचा होता. थोड्या वेळाने मात्र बासरीबरोबरच मचमच आवाज येऊ लागले, तेव्हा समाधीतून ताबडतोब बाहेर आलो. म्हणूनच दही-भात आणि केक यांचे दर्शन होऊ शकले. खादी झाल्यावर हात वगैरे धुऊन वर निघालो. वर दोन टेकाडे आहेत, पैकी एकावर खूप मोठे दगड आणि लिंबाची झाडे आहेत. वरून नाणेघाटाचे आणि नानाच्या अंगठ्याचे विलोभनीय दृश्य दिसते. गड उतरून खाली याच नाणेघाटात आम्हाला जायचे होते. दुसऱ्या टेकाडावरून पलीकडल्या डोंगररांगेतील कड्यांचे दर्शन घेण्यासाठी आम्ही चालू लागलो आणि काटेरी झुडुपांनी पाय ओरबाडून काढले.

दोन-अडीच हजार फूट सरळ तुटलेले कडे आणि त्याखालचे जंगल पाहून मन हरपले. तिथून हलावेसे वाटेना.

"काय खलास जागा आहे!"

"कडे काय केवळ आहेत!"

"सिंप्ली वंडरफुल!"

"लोकहो, आपण इथेच राहू या ना–'' वगैरे बोलून आम्ही नाणेघाटाच्या ओढीने खाली यायला निघालो.

उतरताना फारसा त्रास झाला नाही. याची कारणे दोन. एक म्हणजे, उतरणे भागच होते. गडावर चढण्यापूर्वी तुम्ही ठरवू शकता, चढायचं की नाही ते. पण एकदा वर गेलात की, उतरण्याला पर्याय राहत नाही. दुसरे कारण, समोर पूर्वेकडे पावसाचे ढग जमू लागलेले होते. आकाशाची ती बाजू हळूहळू काळोखत चाललेली होती. तसे ढग दूर होते आणि 'छे रे, आज काही पाऊस पडत नाही–' असे आमच्यातल्याच एका नंदीबैलाने भविष्यही वर्तवले होते. तरीसुद्धा आपण आपले गावात वेळेवर पोहोचलेले बरे, अशा विचाराने आम्ही झपाझप गड उतरलो. Fear is a great motivator!

गावात येऊन म्हातारबाबांच्या झोपडीतून सामान काढेपर्यंत चांगलेच अंधारून आले होते. वाराही जोरदार सुटला होता. गुरं गोठ्यात घालण्याची गुराख्यांची घाई चालली होती. त्यांचे हाकारे, गुरांचे रेकणे आणि मधूनच त्यांना रपाटे लावल्याचे आवाज... असा सगळा कोलाहल चालला होता. असे दोन कळप समोरासमोर आले की, थोडा वेळ ट्रॅफिक जॅम होत होता. आता जर पाऊस पडलाच... अजूनही नंदीबैल नाहीच म्हणत होता– तर असावीत म्हणून थोडी सरपणाची लाकडे त्या म्हातारबाबांकडून घ्यायची ठरविली. बाबांना पैसे किती द्यावेत, यावर पुणेरी इंग्रजीतून खलबते झाली. (सगळ्यांना शाळेत इंग्लिश कंपल्सरी केलं, तर अशा वेळी किती अडचण होईल!) बाबा– म्हणजे म्हातारबाबा– शांतपणे उकिडवे बसून ऐकत होते. शब्द नसतील समजत त्यांना, पण अर्थ नक्कीच कळला असणार. कारण थोड्या वेळाने त्यांनी आम्हाला जरा बाजूला घेऊन वीस रुपये मागितले आणि प्रश्न सोडवला. नाही तर आणखी किती वेळ खलबते चालली असती; सांगता येत नाही.

आता मात्र खरोखरच घाई करायला हवी होती, नाही तर पाऊस केव्हाही गाठणार होता. गावाबाहेर पडतानाच परतून येणाऱ्या गाई-गुरांची लगबग जाणवत होती. अजूनही आम्ही सुखरूप पोहोचू असे वाटत होते, कारण 'रस्ता मैदानाएवढा मोठा आहे. चुकण्यासारखी छोटीशी वाट नाही' –असे अनुभवी जनांचे म्हणणे होते. तितक्यात एक गुराखी भेटला. "नाणेघाटापर्यंत पोचू का बाबा?'' या प्रश्नाला, "असेच तडक गेलात तर पोचाल'' असं सांगून तो लुप्त झाला. ते ऐकून बाबा (म्हणजे आमचा बावा, म्हातारबाबा नव्हे) थांबला. "हे बघा, आत्ताच विचार करा. पाऊस वाटेत लागला तर मरू. त्यापेक्षा गावात जाऊन

शाळेत राहू या.’’ त्याचे हे शहाणपणाचे बोल एकमताने धुडकावून लावून ‘चला रे पटापट’ अशी घाई करत आम्ही तडक निघालो.

त्या दिवशी अमावास्या होती (हे नंतर कळले) आणि ढगही डोक्यावर जमून आलेले होते; परंतु क्षितिज अजूनही लालसर दिसत होते. ढगही फार दाट वाटत नव्हते. अंधार मात्र सॉलिड झालेला. लवकरच काहीही दिसेनासे झाले. फक्त जीवधनचा डोंगर डाव्या हाताला अस्पष्टसा जाणवत होता. आमच्याकडे दहा जणांत मिळून तीन मिणमिणते पेनटॉर्चेस होते. ‘कमांडर’ आणायची जबाबदारी कोणाची, यावर वाद घालायची ती वेळही नव्हती आणि वाद घालून काही उपयोगही नव्हता. पण म्हणून वाद घातला नाही, असे नाही. अडखळत, ठेचकाळत (आणि वाद घालत) आम्ही चालत होतो. बॅटरीवाल्यांची ‘इथे खड्डा आहे रे... इकडे पाणी आहे रे...’ अशी रनिंग कॉमेंटरी चालू होती; पण त्यातून ‘मार्गदर्शन’ फारसे होत नव्हते. किंबहुना, सिनेमा थिएटरमधल्या डोअरकीपरसारखे त्यांचे वागणे होत होते. डोअरकीपर जसा बॅटरी एकदा आपल्या तिकिटावर, एकदा आपल्या चेहऱ्यावर (का? डोळे दिपविण्यासाठी?) आणि नंतर अंधारात कुठे तरी मारून ‘हां, हे असे जावा’ असं सांगून मागच्यामागे नाहीसा होतो... आणि मग आपण लोकांच्या पायावर पाय देत, ‘एक्स्क्यूज मी’ म्हणत आणि... ‘वेळेवर यायला काय होतं?’ असे प्रश्न ऐकत कसेबसे ठेचकाळत जागेवर पोहोचतो– त्यातलाच प्रकार. बॅटरीवाल्यांना कर्तव्य केल्याचे समाधान आणि पुण्य, मागून येणाऱ्याला मोक्ष. कारण, ‘अरे, इकडे शेण आहे रे’ असे म्हणून ते पुढे चालू पडत आणि ‘ते शेण’ कुठे आहे, ते मागच्यांना त्यात पाय पडल्यावरच कळत होते.

इतका वेळ चाललो की, आम्ही नक्की कोठून चाललो होतो ते आता कोणालाच कळत नव्हते. ‘वाट चुकलो की काय’ अशा मूक शंकांना तोंड फुटू लागले होते. तोवरच एक वरंड उतरलो आणि एकदम ‘अरे रस्ताऽ रस्ताऽऽ’ असा ओरडा झाला. अखेर तो मैदानाएवढा रस्ता लागला होता. आता पोचलोच, अशी सर्वांची खात्री झाली. माफक ‘सेलिब्रेशन’ झाले. माहितगार वाटाड्यांची छाती गर्वाने फुगली. उंची इंचभराने वाढली. बाबाकडे (म्हणजे आमचा बावा) ‘काय मूर्ख आहे बेटा!’ अशा अर्थाचे कटाक्ष टाकून झाले. आम्ही परत मार्गस्थ झालो.

थोड्याच वेळात ‘मैदानाएवढा रस्ता’ म्हणजे मैदानच, हे ज्ञान आम्हाला प्राप्त झाले. कारण रस्त्यावरून आम्ही शेतात केव्हा उतरलो, ते कळलेच नाही.

समोर अचानकपणे पाणी आले म्हणून आम्ही उजवीकडची वाट पकडली. थोडे पुढे गेल्यावर तिथेही पाणी लागले. परत फिरलो आणि दुसरा रस्ता घेतला. थोडे पुढे गेल्यावर 'जीवधन आधी डावीकडे आणि मग मागे राहतो, का आधी मागे आणि नंतर डावीकडे राहतो' यावर एकमत होईना. एकमत एकाच गोष्टीवर होते– आणि ते म्हणजे आंधळादेखील चुकणार नाही अशा रस्त्यावर आम्ही नऊ डोळस चुकलो होतो! समोर नानाचा अंगठा अस्पष्ट दिसत होता, पण तिथे नेणारा रस्ता मात्र सापडत नव्हता. 'अंगठा दाखविणे' म्हणजे काय, हे कळण्यासाठी आम्हाला इथपर्यंत धडपडत-ठेचकाळत यावे लागले होते. परिस्थिती क्षणाक्षणाला गंभीर बनत चालली होती. आभाळ वात पेटवलेल्या फटाक्यासारखे झाले होते. कोणत्याही क्षणी स्फोट झाला असता. आम्ही परत फिरायचा निर्णय घेतला. झपझप उलट्या दिशेने चालू लागलो.

वर कोणी तरी जणू याच क्षणाची वाट पाहत असावे, कारण क्षणार्धात पाऊस सुरू झाला. पाऊस! डिसेंबर महिन्यात पाऊस? पाऊस कसला तो– त्याला पाऊस म्हणणं म्हणजे मारुतीला माकड म्हणण्यासारखं आहे! आई शप्पत सांगतो, असला पाऊस कधी पाहिला नव्हता. काही सेकंदांतच आम्ही नखशिखांत भिजून बुटांत पाणी शिरायला सुरुवात झाली होती. ढग गडगडत होते, विजांचा थयथयाट चालू होता. त्या निळ्या-जांभळ्या प्रकाशाने डोळे दिपत होते. फक्त एवढेच खात्रीने सांगता येत होते की, एका प्रचंड सपाट मैदानासारख्या त्या माळावर आम्ही मध्यभागी होतो आणि गाव गाठण्यासाठी अजून बरेच अंतर चालावे लागणार होते. काही मिनिटांतच वाटेवर घोट्यापर्यंत व नंतर पोटरीपर्यंत पाणी झाले. शेतातून, बांधांवरून पाणी वेगाने वाहू लागले, उतारावरून कडेकपारींतून कोकणाकडे झेपावू लागले. येताना शेण, पाणी– सारे एक झाले होते. कशानेच काही फरक पडत नव्हता. कोणी कोणाशी बोलत नव्हते; बोलू शकतच नव्हते. एक तर तोंड उघडल्याबरोबर चूळ भरण्याइतके पाणी तोंडात शिरत होते. त्यातूनही प्रयत्न करून ओरडून कोणी बोललेच, तरी पावसाच्या आणि वाऱ्याच्या आवाजात ते कोठल्या कोठे लुप्त होत होते. जिवाच्या आकांताने आम्ही चालत होतो, पण गाव काही केल्या येत नव्हते. भिजून अंग गार पडले होते, पण आम्हाला चिंता लागली होती ती खाण्याच्या पदार्थांची, पाऊस अचानक आल्यामुळे प्लॅस्टिकच्या पिशव्यांत जिन्नस दडवायलादेखील वेळ मिळाला नव्हता.

चालता-चालता मी मधेच मागे वळून पाहिले– नानाच्या अंगठ्याच्या

दिशेने, कोकणाकडे. .. आकाशात चक्क चांदण्या डोळे मिचकावीत होत्या! माझा अगदी संताप झाला. म्हणजे पाऊस फक्त आमच्या डोक्यावर पडत होता. खाली कोकणात आकाश निरभ्र असणार. किती वेळ चालत होतो, कोणास ठाऊक; पण केव्हा तरी अचानक लखकन् प्रकाश चमकला. अखेर गाव आले होते. गावात चक्क विजेचे दिवे होते. ते पाहून एकदम घरी पोहोचल्यासारखे वाटले. दिसलेल्या पहिल्या घरात सॅक्स् उतरवल्या. सगळीकडे अंगावरचे पाणी गळून थारोळे झाले. ते घर म्हणजे चाळवजा लांबट वस्ती होती. खोल्या-खोल्यांतून कुटुंबे राहत होती. आमच्या आवाजाने एकेक जण बाहेर आला. इथे शाळेत जागा मिळेल का म्हणून विचारले; तर म्हणाले, "इथेच ऱ्हावा की. मस्त शेकोटी पेटलीया. पेज घ्या, भाकरी खावा अन् झोपा. मंग जावा सकाली उठून."

"अहो, पण तुम्हाला कशाला त्रास उगीच? आणि त्यातून आम्ही सगळे भिजलेले आहोत– घरात सगळीकडे पाणी होईल." त्या छोट्याशा घरात आम्ही सारे मावणार नाही, हे जाणून आम्ही म्हणालो. "एखादी शाळेची, नाही तर चावडीची ओसरी मिळाली झोपायला तर बास."

"अवं, पाऊस म्हटला की भिजणारच का माणूस. त्याचा कसला तरास? अन् तुमी काय रोज-रोज येणार आहे व्हय?"

तसे आम्ही निगरगट्ट, पण हे ऐकून लाजलो मनातल्या मनात. पुण्यात रविवारी संध्याकाळी टीव्हीवर पिक्चर लागलेला आहे, बाहेर बदाबदा पाऊस कोसळतो आहे... अशा वेळी दारावरची बेल वाजली तर कपाळावर चट्कन् आठी चढते. आणि वर दार उघडल्यावर समोर चिंब भिजलेल्या अनोळखी लोकांचा घोळका उभा असला, तर आम्ही काय केलं असतं? 'या, बसा' म्हटलं असतं, की घाईघाईने दटावून कटवलं असतं? मनोमनीदेखील उत्तर द्यायचं धाडस झालं नाही. इथे तर हे लोक दिवसभर राबून दमलेले आणि जेवून झोपण्याच्या तयारीत असलेले– आमच्यासारख्या अनोळखी माणसांसाठी घर खाली करून द्यायलाही तयार होते.

शेवटी कशीबशी त्यांची समजूत घालून आम्ही शाळेत पोहोचलो. गावात पोहोचल्यावर नळ बंद करावा तसा पाऊस बंद झाला होता. शाळा शोधायला फारसा त्रास झाला नाही. पोहोचल्यावर दार उघडून सॅक्स अक्षरश: कोपऱ्यात भिरकावल्या. शाळा म्हणजे तीन बाजूंनी बंद असलेली लांबच लांब पडवी होती. चौथ्या बाजूच्या भिंतीला खिडक्या-दारे. पण खिडक्या म्हणजे झरोके होते. रात्री

थंडी वाजणार होती मजबूत. आलिया भोगासी, असावे सादर! वाजू दे थंडी; कोरड्या जमिनीवर पाठ टेकायला मिळते आहे, हे काय कमी आहे? पूरग्रस्त जशी आपली उद्ध्वस्त घरेदारे धुंडाळून कुठे काही भांडीकुंडी शोधत असतात; त्याप्रमाणे आम्ही सॅक खोलून काही बचावले आहे का, हे शोधायला सुरुवात केली. ब्रेड सरळ-सरळ भिजला होता आणि त्याचा लगदा झाला होता. पण पराठे प्लॅस्टिकच्या पिशवीत असूनही वाया गेले. कपडे तर बहुतेकांचे ओले झाले होते. इतकेच काय, पांघरुणे आणि सतरंज्यासुद्धा भिजल्या होत्या. माझ्याकडे एक शाल होती, ती अर्धवट भिजली होती– तीच लुंगीसारखी गुंडाळून बसलो. शेजारून थोडी लाकडे आणली आणि ती पेटवण्याचा प्रयत्न चालवला. कोणी तरी चहा-साखर घेऊन चहा बनवून आणायच्या कामगिरीवर गेले. आता पाऊस पूर्णपणे थांबला होता. आकाश स्वच्छ होऊन चांदण्या लुकलुकू लागल्या होत्या. या गावातले रस्तेही अजबच. पुण्या-मुंबईकडे नुसते चार शिंतोडे पडले तरी रस्त्यात सगळी राड होऊन जाते आणि आठ-आठ दिवस टिकते. इथे पाऊस झाला, पण रस्त्यात चिखलाचे नाव नाही! त्यामुळे जाणे-येणे बरेच सोपे झाले होते. हे तंत्रज्ञान आपल्याकडे अजून का बरे नाही?

कसाबसा जाळ पेटला. भौतिक आणि रसायनशास्त्रात ऐंशी टक्के मार्क मिळाले असले तरी त्याचा लाकडे पेटवण्यासाठी काही उपयोग होत नाही, हे कोणी तरी कोणाला तरी तेवढ्यात ऐकवून झाले. त्या शेकोटीवर कपडे वाळवण्याचा कार्यक्रम सुरू केला. पाऊस जसा थांबला आणि अर्धवट ऊब येऊ लागली, तशी थंडी जास्तच जाणवू लागली. तितक्यात चहा आला. चहा पिऊन थोडी तरतरी आली; पण तरी काही तरी शिजवून खावे, असा उत्साह कोणालाही राहिला नव्हता. सुदैवाने उमेशला त्याच्या सॅकमध्ये भेळेचे सामान सापडले. लगेच सगळ्यांचे डोळे लुकलुकू लागले. आधाशासारखी ती भेळ संपवली. हात धुतले आणि झोपायच्या तयारीला लागलो. कँपफायर, गाणी-गप्पा वगैरे गोष्टींचा उत्साह कोणालाही राहिला नव्हता.

घरी गेल्यावर सॅक फेकली आणि अंघोळीला पळलो. नंतर चहा पिता-पिता 'आता पुन्हा ट्रेक नाऽऽही' असे आईला सांगितले; तेव्हा तिने अविश्वासदर्शक नजरेने पाहिले, पण काही बोलली नाही. संध्याकाळी वैशालीत इडली-सांबार खाताना मित्रांना सगळी स्टोरी ऐकवली. आमचे एवढे हाल झालेले ऐकून त्यांची जळजळ होतेय, हे स्पष्ट दिसत होते. 'आता यापुढे ट्रेक बंद' असा माझा निश्चय ऐकल्यावर त्यांनी माशी झटकल्यासारखे मला झटकून टाकले आणि

'हरिश्चंद्रगडला एन्नार है का कोन?' अशी सुरुवातीची बोली केली. तासाभराने बाहेर पडलो, तेव्हा हरिश्चंद्रगडचा ट्रेक पक्का झाला होता!

■

चहा आरती - १

जय देवा जय देवा जय चहादेवा
घरी तुमचा वास सदा असू द्यावा

अंग्रेजी रूसी आणि चिनी जपानी
पृथ्वीवरती अवतरसी नाना रूपांनी

आम्हा परि प्रिय तुझे रूप कषाय
जगती सारे त्यास जाणती 'चाय'

प्रात:समयी पहिले दर्शन ते तुझे
निद्रासुर निर्दालन त्यानेच होते

श्रमती दिनभर झरझर भक्तजन येथे
शीणासी हरसी त्यांच्या जो प्रार्थी तू ते

श्रमती दिनभर झरझर कामे जे करूनी
शीणासी भक्तांच्या त्या वारिसी तूच झणी

कष्ट चिंता व्यथा बारीक आजार
गळती पळती सारे मिळता तुझा आधार

मधुनी मधुनी चोरून कॉफी जरी पितो
कौशिककवि शरणागत तवचरणी होतो

अहा चहा

चहाला कषाय पेय म्हणतात. कषाय म्हणजे काय? संस्कृतमध्ये कषाय या शब्दाचा अर्थ 'विटकरी लाल रंगाचा' असा आहे. पावसाळ्यात दुथडी भरून वाहणाऱ्या नदीचं पाणी अशाच लाल रंगाचं असतं. उत्तम चहा नेहमी त्या रंगाचा असतो. शाळेत असताना लंके सर सांगायचे की, मराठी लोकांना चहाची सवय राघोबादादांनी लावली. त्यांना अशा 'इंटरेस्टिंग' गोष्टी माहीत असायच्या. ह्याला पुरावा काय, हे विचारायची जरूरही शाळेत असताना वाटायची नाही आणि हिम्मतही व्हायची नाही. घरी आई-वडील अन् शाळेत शिक्षक जे सांगतील ते सगळं खरं आणि बरोबर धरून चालायचं, असा कायदाच होता. तेव्हा हे राघोबांचे कर्तृत्व. हे खरं की खोटं, देव जाणे! बराच शोध घेऊनही निश्चित असं हाती काही लागलं नाही. एवढं नक्की की, अठराव्या शतकापर्यंत ब्रिटिश लोक पुरते चहाबाज बनलेले होते आणि राघोभरारी व मुंबईचे अंग्रेजी साहेब यांची जोरदार हातमिळवणी होती. अनेक करार, समझोते आणि भेटीगाठींमध्ये गरमागरम वाफाळलेल्या चहाचा कप राघोबादादांच्या हातात कधी तरी आला असेल, हे अगदी कल्पनेबाहेरचे वाटत नाही. त्यातून राघोबादादांसारखा रंगेल, धाडसी मर्दगडी हेच चहाचं साजेसं 'स्पोक्स मॉडेल' नाही का? मला नाही वाटत— माधवराव किंवा नानासाहेब पेशव्यांनी चहाला आपलंसं केलं असतं. थोरल्या रावबाजींनी केलं असतं कदाचित. काहीही असो— कल्पना करायला काय हरकत आहे? मन:चक्षूंना काही तरी काम हवंच की. पाहता-पाहता ते आपल्याला भूतकाळात घेऊन जातात...

...दुपारची उन्हाची वेळ, पण शनिवारवाड्यातल्या राघोबांच्या महालात मात्र अंधारा गारवा आहे. मस्त जेवण झालेलं आहे आणि आनंदीबाईंनी स्वत:च्या हाताने जुळवून दिलेला गोविंदविडा खाऊनदेखील जेवणाची सुस्ती उतरलेली नाही. राघोबा वामकुक्षी सोडून उठतात. ''अरे, कोणी आहे का तिकडे?'' बाहेर पंखा हलवीत बसलेला त्यांचा हुजऱ्या 'नारायण' तस्त आणि तांब्या घेऊन

लगबगीने येतो. "हा तांब्या घेऊन काय आम्हाला परसाकडे धाडतोयस काय मूर्खा? इथे आमच्या घशाला शोष पडलाय आणि हा पाणी घेऊन येतोय! अरे, आमचं कषायपेय कोठे आहे?" राघोबा गडगडतात. "हां– हां, लगेच घेऊन येतो जी..." नारायण घाईघाईने परत फिरतो. "अरे धांदरटा, तो तांब्या घेऊन कोठे चाललास? इकडे आण." मुखप्रक्षालन करून राघोबा तरतरीत होतात. चहासाठी अधिकच व्याकूळ होतात. जानवे सारखे करत, पोटावरून हात फिरवीत अस्वस्थ येरझाऱ्या घालू लागतात.

थोड्याच वेळात वाफा येणारा गरम पितळी टोप सावरत चालणारी सखू कुळंबीण, तिच्यामागे साखरेचा चांदीचा करंडा घेऊन लगबगीने येणाऱ्या आनंदीबाई आणि सर्वांत शेवटी स्वत:चे हृदय ओंजळीत धरून चालत असल्यासारखा चेहरा करून जपून पावले टाकीत येणारा नारायण– अशी मिरवणूक अवतीर्ण होते. "किती हा उशीर...?" अधीर झालेले राघोबा खेकसतात. "बाई गं! इकडच्या स्वारीला फार काळ तिष्ठत बसावं लागलं ना? सगळं सांगते, पण आधी 'हे' प्यावं म्हटलं. गार होईल उगीच!" तशा फॉरवर्ड असल्या तरी आनंदीबाईंना कषायपेयाचा नावानं उल्लेख करवत नाही. नारायण लटपटत्या हातांनी जिवाच्या कराराने सांभाळून आणलेली चिनीमातीची कपबशी तबकात ठेवतो.

ही फिरंगी साहेबाने भेट दिलेली. ती पांढऱ्या रंगावर निळ्या रंगाची नाजूक नक्षीकाम असलेली सुबक कपबशी धरायला नारायणला आवडायचं; पण त्याचबरोबर एक अगम्य अशी भीती पण वाटायची. हाडांपासून बनविलेली असते म्हणे म्लेंच्छांनी! आणि ती जर पडून फुटली तर... मालक चामडी लोळविल्याशिवाय राहणार नाहीत. पण तरी ती अद्भुत वस्तू हातात धरली की, आपल्याला काही विशेष शक्ती प्राप्त झाली आहे, असं त्याला वाटायचं.

नारायणाने कपबशी ठेवल्याबरोबर सखू कुळंबीण मधूर सुवासिक असं ते कषाय पेय निगुतीने त्या कपात ओतते. आनंदीबाई कपाला स्पर्श न होईल अशी काळजी घेत त्यात खडीसाखर घालतात. चांदीच्या चमच्याने ढवळतात. नारायणाला खूण करतात. क्लायमॅक्सचा क्षण आता आलेला आहे. नारायण एकलव्याच्या एकाग्रतेने दोन्ही हातांनी ती कपबशी उचलून घेतो आणि राघोबांच्या अधीर हातांमध्ये ठेवतो. राघोबा डाव्या हातात बशी धरतात. उजव्या हाताने कप फिरवून त्याचा कान बरोबर शरीराला समांतर असा करतात. मग अंगठा, तर्जनी आणि मध्यमा या तीन बोटांत कपाचा कान धरून, करांगुली बाहेर ताणलेली

आहे अशी काळजी घेत तो कप उचलून ओठांशी धरतात. क्षण आला भाग्याचा! राघोबांचे डोळे आता मिटलेले आहेत. चेहऱ्यावर प्रगाढ शांती आणि उत्सुक आनंदाच्या छटा खेळत आहेत. एकच क्षण थांबून त्या दिव्य पेयाच्या परिमळाने ते छाती भरून घेतात. आनंदीबाई, सखू व नारायण श्वास रोखून त्यांची प्रत्येक हालचाल, हरकत, ध्वनी डोळ्यांत प्राण आणून आणि जिवाचे कान करून पाहत-ऐकत आहेत. सारं विश्व थांबलेलं आहे; पण राघोबांना त्याचं भान नाही, फिकीर नाही. त्यांची समाधी लागलेली आहे. आनंदीबाई ऐकू येईल न येईल असा पुसट शब्द करतात. त्याने जाग येऊन राघोभरारी फुर्रऽफुर्रऽऽ असा आवाज करीत ते कषाय पेय पिऊ लागतात. एक-दोन घुटक्यांतच कप रिकामा होतो. मुंबईचा साहेब बारीक-बारीक घोट घेत बराच वेळ एकाच कपातला चहा घेत राहतो. तो चहात दूध पण घालत नाही. पण राघोबांना असलं नाजूक काम पसंत नाही. मोठमोठे घोट घेऊन भुरके मारल्याखेरीज त्यांचं समाधान होत नाही. 'गुड गुड!' साहेबाकडून शिकलेला शब्द ते वापरतात. महालातल्या इतरांना काही अर्थबोध होत नाही. त्यांचे प्रश्नार्थक आणि चिंताग्रस्त चेहरे पाहून ते मराठीत प्रतिक्रिया देतात– "उत्तम– उत्तम! सखू, कषाय पेय आज फार छान झालं आहे हो!" सखूचा जीव भांड्यात पडतो. ती टोप घेऊन पुढे सरसावते, इतक्यात आनंदीबाई नजरेने तिला खुणावतात. टोप खाली ठेवून ती आणि नारायण हलकेच महालाबाहेर जातात. महालात आता राघोबा, आनंदीबाई आणि कषाय पेयाचा टोप एवढेच राहिले आहेत... तर, मराठी घरात चहाने प्रवेश केला, तो असा (खरं असो की नसो– ऐकायला छान वाटतं की नाही?)...

जरी चहा प्यायला चिनी लोकांनी इंग्रजांना, इंग्रजांनी भारतीयांना आणि राघोबादादांनी मराठी लोकांना शिकविलं असलं; तरी चहाची आणि माझी तोंड-ओळख करून दिली आमच्या आजोबांनी. इतर आजोबा स्तोत्र, देवपूजा वगैरे शिकवीत नातवंडांना– असं ऐकून आहे. आमचे आजोबा ज्ञानेश्वरांचे भक्त. घरातल्या सगळ्या भिंती त्यांच्या आवडीच्या ओव्या आणि अभंगांनी भरून गेलेल्या होत्या, पण त्यांतलं काही त्यांनी आमच्यावर लादलं नाही. दररोज दुपारच्या चहाच्या वेळी आम्हा भावंडांना त्यांची न चुकता हाक येई. आई-वडिलांना ते फारसं पसंत नसे. पण आजोबांसमोर कोणाचा आवाज फुटत नसे. आमच्या आजोबांनी चहा प्यायला शिकविलं आणि जन्माचा सोबती-मित्र मिळवून दिला. इंग्लिशमध्ये 'गिफ्ट दॅट किप्स् ऑन गिव्हिंग' असं म्हणतात, तशीच ही गिफ्ट होती. कारण चहाच्या निमित्ताने किती मित्रांबरोबर, किती वेळा, किती

ठिकाणी, किती गप्पा झाल्या– याची गणती तरी कशी करणार? आजीने शिकविला गीतेचा पंधरावा अध्याय; पण थोडे मोठे झाल्याबरोबर आम्ही तत्परतेने ते श्लोक (श्लोकच ना?) विसरून गेलो. त्यांतला 'सर्वस्य चाहं हृदिसंन्निविष्ठो... वेदान्तकृद् वेद विदेह चाहं' हा एक श्लोक तेवढा आठवतो. चहा मात्र अजून पितो. रोज तीन वेळा, न चुकता. म्हणजे आता तुम्हीच पाहा!

चहा न पिणाऱ्यांची ना, मला अगदी खरोखर दया येते. आपण असे मस्त कोठे तरी गेलेलो असतो दूर डोंगरात, रानावनात, तळ्याकाठी, समुद्रकिनाऱ्यावर, नाटक-सिनेमाला. मूड छान असतो. आपण आपल्या मित्रांबरोबर, प्रेमाच्या माणसांबरोबर असतो. हवा पण मस्त असते. बाकी चहासाठी कुठलीही हवा (आणि कोणतीही वेळ) मस्तच असते. एकदम बोचरी थंडी किंवा पावसाळी ओला गारठा किंवा अगदी जीवघेणा उकाडा असला, तरी चहासाठी ती-ती हवा योग्यच असते. अशा वेळी चहा हा अमृत होऊन नाही का येत? आणि तेव्हाच का; चहा नेहमी अमृततुल्यच असतो. म्हणून तर रेल्वेतलाही चहा चालतो. त्याला पहिल्या धारेचं अमृत कोण म्हणेल? शेवटी अमृतात सुध्दा प्रतवारी असणारच ना. पण अशा वेळी हे चहा-न-नशिबी सज्जन (बाकी बरे असतात हो) तुपातली माशी, केशरी दुधातला मिठाचा खडा किंवा मटकीच्या उसळीतली चाड होतात. 'चहा नको बुवा, उशीर होईल' म्हणून काय सांगताय; उशीर व्हावा म्हणूनच तर चहाची योजना असते ना? हा आनंदाचा प्रसंग, ह्या रंगलेल्या गप्पा अजून थोडा वेळ चालू राहाव्यात म्हणूनच चहाची टूम काढलेली असते कोणी तरी. 'मला चांगला कप भरून हवा बरं का. आणि साखरेची काटकसर नको' असं खणखणीत उत्तर त्याला अपेक्षित असतं. बरं, चहा नको तर नको; 'उशीर होईल' हे आणि कशाला म्हणायचं? इथे काही लोकांचे चहासाठी प्राण कंठाशी आलेले असतील याची तरी काही चाड असावी! काय?

चहाचे तीन प्रकार : अमृततुल्य चहा, इराण्याकडचा चहा आणि रेल्वेतला चहा. खरं म्हणजे, तीन घराणी म्हटली पाहिजेत ही– गाणाऱ्यांची असतात तशी. यांतला रेल्वेचा चहा हा नामशेष होण्याच्या मार्गावर आहे आणि त्याविषयी कोणाची तक्रार असेल, असे वाटत नाही. म्हणजे, तसा अजून रेल्वेत चहा मिळतो. त्याला खास रेल्वेचा असा लोखंडी वासही असतो आणि चहावाला अजूनही तितक्याच उर्मटपणाने तुमच्याशी वागतो; पण तो डिपडिप चहा आल्यापासून एकंदर दर्जा सुधारला आहे, नक्कीच. अलीकडे रस्ते सुधारल्यामुळे प्रवास सुखकर होऊ लागला आहे आणि त्यामुळे रेल्वेशिवाय पर्याय नाही, अशी

परिस्थिती राहिलेली नाही. हेही एक कारण असू शकेल.

इराणी ही एक महान संस्था होती आणि तिचे आता फक्त अवशेष राहिलेले आहेत. अगदी खरं सांगायचं तर– चहा हा इथे दुय्यम होता. अभक्ष्यभक्षण हा मूळ इरादा. पण ज्या काळात बाहेर पाणी पिणंसुद्धा निषिद्ध होतं, त्या काळी चहाचं निमित्त करून इराण्याची पायरी चढायची म्हणजेसुद्धा मोठं धाडस असे. इराण्यांचा सुवर्णकाळ होता, आमचे वडील तरुण होते तेव्हाचा. इराण्याकडे जाऊन चहाच्या आधी 'पेपर, पंखा, माचीस अँड तुकडा पाणी' अशी ऑर्डर वेटरला द्यायची, हे अनेकदा ऐकलं-वाचलेलं. पण हे नेमकं काय, ते कळायचं नाही. पुढे कळलं की, या फुकट गोष्टी. त्या प्रथम हस्तगत करायच्या. शिवाय, भर उन्हात सायकल हाणत किंवा पायगाडीने आल्यावर विजेच्या पंख्याचा वारा आणि फ्रिजमधलं बर्फाचे तुकडे तरंगणारं काचेच्या ग्लासातलं पाणी ही काय 'लक्झुरी' होती, हे आम्ही कुठे अनुभवलं होतं! फार वर्षांनी 'मार्केटिंग स्ट्रॅटेजी' वगैरे शिकताना 'सेलिंग द लाइफस्टाइल इन्स्टेड ऑफ द प्रॉडक्ट' हा मंत्र समजला. 'स्टारबक्स कॉफी' हे त्याचे उत्तम आधुनिक उदाहरण. पण मला वाटते– पुण्यात गुडलक, लकी आणि कंपनीने साठ-सत्तर वर्षांपूर्वी तेच केले. दे प्रेझेंटेड अ लाइफस्टाइल टु मिडल क्लास एज्युकेटेड मेल्स अँड प्रोव्हाइडेड देम अे टेंपररी एस्केप. डोक्यावर विजेचा पंखा, ओठांत सिगारेट, हातात थंडगार तुकडा पाण्याचा ग्लास आणि ऑर्डर सोडणे– हे त्यांना फक्त स्वप्नात आणि इराण्याकडेच शक्य होतं. जसजशी ती लाइफस्टाइल प्रत्यक्षात येत गेली तसतशी इराण्याची गरज कमी होत गेली. त्यांचा सुवर्णकाळ संपला. नाही तर अफूची बोंडं चहात घालायचं त्यांनी बंद केलं, म्हणूनही कदाचित त्या चहाचं आकर्षण संपलं, असं मानावं लागेल.

अमृततुल्य चहा म्हणजे कष्टकरी वर्गाचा चहा. स्वस्त आणि मस्त. हा चहा हॉटेलबाहेर उभं राहून अनुभवायचा. आतमध्ये बसून प्यायचा प्रयत्न केलात तर त्याची चव बिघडते. आत बसूनच चहा प्यायचा, असा तुमचा हट्टच असेल; तर मग स्पेशल चहा मागवायचा. पण इथे आत बसणं, हे इराण्याकडे बसण्यासारखं नाही. इथे म्हणजे, मराठीत सांगायचं तर– पर्सनल स्पेस शून्य. खांद्याला खांदा लावून दाटीवाटीने बसायचं बाकड्यावर. समोरच्या टेबलावरचं कळकट चहामिश्रित पाणी आपल्या पँटीवर ओघळत नाही ना, याची काळजी घेत. आणि चहा पिताना कधी कोणाचे कोपर कोणाला लागून चहा नाकाने पिण्याची वेळ येईल; सांगता येत नाही. माणूस स्वानुभवातूनच शिकतो म्हणतात. पण हा अनुभव

नाही घेतला तरी चालेल, असं माझं स्वानुभवातून झालेलं मत आहे. बाकी आत बसून चहा पिण्याचं खरं आकर्षण म्हणजे, चहा बनण्याची प्रक्रिया अगदी जवळून पाहायला मिळते, हे. पितळेच्या घडवंचीवर बसलेला चहाशास्त्री. त्याच्यासमोर दोन किंवा तीन चुली (पूर्वी स्टोव्ह असत, आता गॅस). त्या चुलींवर सतत उकळणारं, पितळ्याच्या पातेल्यातलं चहाचं आधण. उजव्या हातातल्या पळीने (मी आजपर्यंत डावखुरा चहाशास्त्री पाहिलेला नाही) चहा ढवळत राहायची त्याची लकब. बाकी सर्व चालू असताना मधूनच डाव्या हाताने फडक्याचा बोळा फिरवून सफाई करण्याची त्याची प्रामाणिक धडपड. एकीकडे चहा चालू असताना ऑडर्स घेणे, पितळेच्या किटलीतून चहा भरून देणे, बारक्यावर सारखे ओरडत राहणे, हिशेब करून सुट्ट्या पैशांची मोड देणे, नेहमीच्या गिऱ्हाइकांच्या हिशेबाची नोंद ठेवणे, समोरच्या पितळी खलबत्त्यात मसाला कुटणे, मधून-मधून चहाचे आधण वाढवणे, साखर (न सांडता) चहात फेकणे, दूध उतू जाऊ न देणे, चहा गाळणे, आलं ठेचून चहात टाकणे, 'स्पेशल चहा अँड कॉफी' बनवणे... हे सगळं तो फक्त दोन हातांनी ज्या कुशलतेने आणि एकाग्रतेने करत असतो, ते केवळ लाजवाब. पानवाल्याची आठवण करून देतो. मात्र, पानवाले जसे गप्पा मारतात, तसे हे चहाशास्त्री गप्पा मारीत नाहीत. गरम चहाला क्षणभराचासुद्धा उशीर खपत नाही, हे त्यांना माहिती असतं.

बाहेर उभं राहून चहा पिण्याची मजा वेगळी. इथे खासगी बोलायला आणि बोलता-बोलता रस्त्यावरची 'रहदारी' न्याहाळायला फुरसत अन् मोकळीक असते. पण त्याचबरोबर येणाऱ्या-जाणाऱ्यांत कोणी ओळखीचं सापडलं, तर त्यांना फुकट चहा पाजायची तयारी मात्र ठेवायला लागते. हल्ली मोबाईल फोनमुळे एक बरं झालंय म्हणा. जो-तो आपल्या नादात असतो.

अमृततुल्य चहाचं उपघराणं म्हणजे टपरी किंवा गाडीवरचा चहा. चहाची चव, बाज तसाच; पण अमृततुल्य चहाचा साज नाही. हा चहा काचेच्या छोट्या ग्लासमधून येतो, कप-बशीतून नाही. हे ग्लास धुवायला एकदम सोपे. पाच बोटांत पाच ग्लास धरायचे आणि बाजूला ठेवलेल्या बादलीत एकदम बुचकळून काढायचे. त्यामुळे वेळ वाचतो आणि गिऱ्हाइकांना फार वेळ थांबावं लागत नाही चहासाठी. चहाचा हा सर्वांत स्वस्त आणि लोकप्रिय प्रकार एरवी जरी उपेक्षित असला, तरी प्रवासात घाटातून जाताना किंवा रात्री-बेरात्री नाटक-सिनेमा पाहून घरी परत जाताना चहाची तलफ आली (आणि ती येतेच) तर हाच गाडीवाला अमृताचा घडा घेऊन उभ्या असलेल्या विश्वमोहिनीसारखा भासतो.

चहा हा नुसता तर छान लागतोच, पण तो एकलकोंडा मात्र बिलकुल नाही. कॉफी इतरांशी फटकून वागते, मांजरासारखी. तिची मिजास, तोरा सांभाळावा लागतो. चहाचं तसं नाही. तो कॉफीसारखा 'स्नॉबिश' नाही; उलट कुत्र्यासारखा प्रेमळ, कुटुंबवत्सल आहे. चार पदार्थ अवती-भवती असले म्हणजे त्याला बरं वाटतं. ग्लुकोज बिस्किट्स, मारी बिस्किट्स, पाव, खारी, टोस्ट, वडा, भजी, शेव-गाठी, भेळ, मिसळ, थालिपीठ, कांदेपोहे, वेफर्स, चिवडा, चकली, पापड... काहीही असू दे– चहा त्यांच्या संगतीत खुलतो आणि त्यांना खुलवतो. अगदी साबुदाणा खिचडी आणि इडली-डोसासुद्धा चहाबरोबर आनंदात असतात. पण खिचडीची आणि कॉफीची मैत्री ही मात्र आध्यात्मिक पातळीवरची. एरवी शिष्ट असणारी कॉफी दुधट बनून, वेलदोडा-जायफळाचा सुवास घेऊन; झकास मोकळ्या आणि मिरच्या झोंबल्यामुळे 'स्स्ऽ स्स्ऽ' करायला लावणाऱ्या खिचडीचं बोट धरून येते, तेव्हा 'अन्न हे पूर्णब्रह्म' याची पुरती खात्री पटवीत ती निर्वाणाप्रत घेऊन जाते. इडली-डोशाबरोबर कॉफीची मैत्री ही आधिभौतिक पातळीवरची. चहा इथे फिकाच पडतो. एक तर उडपी चहा मनापासून बनवीत नाहीत; नाइलाजानेच चहा करतात, असं मला नेहमी वाटतं. शक्यतो लोकांनी चहा मागवू नये, असाच त्याचा प्रयत्न असतो. आणि तो यशस्वी होतो. कारण मद्रास कॉफी. तऱ्हेतऱ्हेच्या चटण्या आणि सांबाराबरोबर उडीद आणि तांदळाचे विविध प्रकार उदरात लोटल्यावर मद्रास कॉफीनेच या यज्ञाची सांगता करावी लागते.

पूर्वी जेव्हा चहा नव्हताच, तेव्हा लोक काय करत असतील– या विचाराने मला कसंनुसं होतं. माझ्या पूर्वजांची मला दया यायला लागते. चहा नाही तर सकाळी उठल्यावर काय पिणार? शेळीचं दूध? भाताची पेज? दुपारी उन्हं उतरणीस लागली की, काय करायचं? कोणी पै-पावणा असला, तर त्याचं स्वागत कसं करायचं? गप्पा कशा रंगवायच्या? उगाच नाही मराठी लोक भांडकुदळ झाले! चार माणसं जमली आणि चहा नाही, म्हणजे राहिलं काय? भांडणं आणि मारामारी. चहा पिऊन कोणी भांडत नाही; उलट भांडणं मिटवण्यासाठी चहा मागवतात. चहा आला की, मूड पालटतो. एकमेकांचे हाडवैरी असलेले राजकारणीदेखील हसतात दात दाखवीत; भांडत नाहीत चहा पिताना. सर्व गोष्टींची सुरुवात आणि शेवट चहानेच होतो. पोराने ट्यांहा केलं? चहा. कोणाला पोचवून आलात? चहा. पार्टीच्या आधी चहा आणि नंतर चहा. जॉब मिळाला? चहा पाजा. जॉब गेला? चल, चहा घेऊ. पोरगी पटली? चहा. सेलिब्रेशनसाठी. पोरीनं कटवलं? चहा– दुःख बुडविण्यासाठी. (पोरगी पटवताना मात्र कॉफी.

तिथे चहा चालत नाही. 'एऽ चल ना, कॉफी घेऊ' हेच बरोबर वाटतं.) आणि त्यामुळेच चहाला आपल्या दैनंदिन वैयक्तिक आणि सामाजिक जीवनात मानाचं स्थान प्राप्त झालेलं आहे. चहाच्या इतके अधीन होऊनदेखील त्याला कोणी दोष देत नाही. चहाचे व्यसन नसते, तलफ असते. व्यसन असते दारूचे, तंबाकूचे. म्हणूनच फार दारू प्यायलो; आता पुरे– म्हणून लोक दारू सोडतात (तात्पुरती). पण चहाचा संन्यास नाही घेत कोणी. उलट, संन्यासीसुद्धा चहाला नाही म्हणत नाहीत, हे मी पाहिलंय. सर्वस्वाचा त्याग केला तरी चहापासून आणि चहाशिवाय मुक्ती नाही, हे जसं त्यांना समजलंय; तसंच ते तुम्हा आम्हालाही उमगो, हीच त्या जगत्पालकाकडे प्रार्थना.

चहाशिवाय शक्ती नाही । चहाशिवाय युक्ती नाही ।।
चहाशिवाय भक्ती नाही । चहाशिवाय मुक्ती नाही ।।
कल्याणमस्तु ।

चहा आरती - २

जय देवा जय देवा जय चहादेवा
ओठी कप तुमचा सदा असो द्यावा

सीटीसी, पिको अन् फॅमिलीमिक्श्चरे
उद्धरसी आम्हा दिव्य प्रकारे

घेतलासी जन्म चीन देशात
आम्हाघरी आलासी आंग्लरूपात

पहाट होता निद्रा असताना अक्षी
मांडुनी पूजा तुझी अग्नीच्या साक्षी

कोणी करिती काढा कोरा उकळुनी
घालीती अन्य कोणी लिंबू मध लोणी

पर भक्तामाजी तुझ्या भक्त आम्ही खास
मिळण्या कृपा तुझी करितो सायास

उकळुनी पाणी त्यात पूड टाकावी
घट्ट दुधाची त्यास जोड ती द्यावी

शर्करा घालावी मुक्तहस्तानी
त्राहि केले जरि आम्हा मधुदैत्यानी

हलकेच ढवळुनी राखावे तापमाना
घालावे आले किंवा मसाले नाना

रंग चढतसे जेव्हा सुंदर केशरी
दरवळ परिमळतो तेव्हा ओसरिपातोरी

गाळण्याची मग करावि घाई
मोक्षाचा क्षण येता नको दिरंगाई

कब्बशीची किणकिण पडता ती कानी
साधक सारे लगबग येती जमुनी

ओठी धरिता सुमधुर अमृतमय चहा
लागे समाधी त्यांची म्हणती ते अहा!

रेषा

रेषा कपाळावर कोंदटलेल्या,
तळहातावर सुरकुतलेल्या...
रेषा चेहऱ्यावर रापलेल्या,
रेषा आयुष्य जगलेल्या...
रेषा खळखळून हसणाऱ्या,
मिश्कील डोळ्यांत नाचणाऱ्या...
रेषा थरथर कापणाऱ्या,
ओठ मुरडून रुसणाऱ्या...
रेषा कठोर अभिमानी,
रेषा दीन बेईमानी...
रेषा जाड नि बारीक,
उभ्या आडव्या कारस्थानी...
रेषा सरळ समांतर,
क्षितिजात जाऊनही न मिळणारी...
रेषा वळणावळणाची,
स्वतःतच गुरफटणारी...
रेषा नरम मुलायम मखमली,
जाड्याभरड्या भसाड्या मवाली...
रेषा पाण्यावर भिजलेल्या,
क्षणार्धात विझलेल्या...
रेषा छेदणाऱ्या भेदणाऱ्या,
तोडणाऱ्या जोडणाऱ्या...
असून नसणाऱ्या,
अनादि अनंत रेषा...!

नेमो वादळानंतर

वारा वाहतो भरार
सेना अश्वांची फरार
नाग टाकती फूत्कार
होई प्रलय भूवर

वारा घुमे मनमानी
झाडेझुडे दीनवाणी
घर थर्थर कापुनी
साहे आवेग तुफानी

वारा भांडतो वाऱ्याशी
चराचर वेडीपिशी
गज मदांध तामसी
उधळले चहुदिशी

वारा कधी हा थांबेल?
कधी होईल सकाळ?
जीव मुठीतला मागे
स्वच्छ मोकळे आभाळ!

।। प्लुटोपुराण ।।

सोलर सिस्टीममधून हाकलला रे शेवटी त्याला.

अरे वा! कोणाला?

प्लुटोला रे.

हो का? कुठून हाकलला म्हणालास?

सोलर सिस्टीममधून.

असं काय? एकदम हाकलला म्हणजे, काही तरी स्कॅन्डल असणार...

हो, स्कॅन्डलच म्हणायचं.

मग काय स्टॉक झोपला असेल. आधी तरी सांगायचं. शॉर्ट केला असता. 'सोलर सिस्टीम' म्हणजे अल्टरनेटिव्ह एनर्जी काय रे? सध्या अल्टरनेटिव्ह एनर्जी एकदम हॉट आहे म्हणतात. काय, घेऊन ठेवायचे का एक हजार-दोन हजार शेअर्स? नक्की वर जाईल.

अरे, काय हजार-दोन हजार घेतोयस? मी खऱ्याखुऱ्या सोलर सिस्टीमबद्दल बोलतोय. सो ल रऽ सि स्टी म... सूर्यमाला.

ठीक आहे. नका सांगू. करा लेको पैशे– गुपचूप-गुपचूप. आम्ही मरतो असेच. अरे, काय बरोबर घेऊन जाणार आहात का, डबोलं?

अरे, आता कसं सांगू बुवा तुला? मी आपल्या सूर्य आणि ग्रहांबद्दल बोलत होतो. म्हणजे सूर्य, बुध, गुरू वगैरे... शेअर्सबद्दल नव्हतो मी बोलत. जाऊ दे तो विषय.

अस्सं-अस्सं! मग कोणाला तरी हाकललं म्हणून काय म्हणत होतास?

आता जाऊ दे म्हटलं ना?

जाऊ दे कसं? आँ! स्पष्ट सांग ना काय ते–

अरे, स्पष्ट बोलायला भितो काय कुणाच्या बा... चहा सांग आधी.

इकडे एक-दोन चहा आणा रे लौकर ह्या दुर्वासऋषींसाठी. हं, चल– आता सांग बरं नीट.

मी म्हणालो, प्लुटोला ग्रहमंडळातून काढून टाकला. प्लुटो हा ग्रह नाही, असं ठरवलंय खगोलतज्ज्ञांनी. आता आठच ग्रह राहिले सूर्यमालेत.

काय सांगतोस काय? प्लुटो नाही आता? अरेरे! फार वाईट झालं रे. आता माझं कसं होणार?

जाणार आहे कुठे? प्लुटो आहे तिथेच आहे; फक्त आता तो ग्रह समजला जात नाही, इतकंच. आणि तुला एकदम इतकं हताश व्हायला काय झालं?

हताश होऊ नको तर काय करू? आमचं सालं नशीबच भुक्कड. गेल्या महिन्यात तर सासरी जाऊन आलो ना?

मग त्याचा इथे काय संबंध?

संबंध नाही कसा? चांगले पन्नास हजार खर्चून ही नवग्रहांची अंगठी बनवून आणली. लाभतीय म्हणाले गुरुजी. अंगठी घेताना सासऱ्यांना बरोबर नेलं होतं, अनुभवी म्हणून. तर, त्यांनीच पैसे दिले. म्हटलं, खरंच लाभतीय, असं दिसतं. लगेच प्रचिती आली. आता त्यातला एक खडा काढून टाकावा लागणार. प्लुटोचा खडा कोणता असतो रे?

ओ महाराजऽऽ धन्य आहे तुमची! ते अंगठीतले नवग्रह वेगळे आणि आकाशातले वेगळे. म्हणजे, सगळे नाही– पण बरेच.

हॅट्! काय तरीच काय?

खरंच सांगतोय मित्रा. सांग बरं, आकाशतले नवग्रह कोणते ते?

नऊ कुठले; आता आठच की!

कळलं रे. सांग तर खरं.

म्हणजे बघ– बुध, शुक्र, मंगळ, गुरू, शनी, नेपच्यून, प्लुटो आणि अजून एक आहे. युरेका असं काही तरी नाव आहे.

युरेनस. गुरू, शनी मग युरेनस, नंतर नेपच्यून आणि सर्वांत शेवटचा प्लुटो. पण हे आठच झाले की!

खरंच की! आणि त्यातलासुद्धा प्लुटो जाणार म्हणतोस, म्हणजे मग सातच राहतात.

पृथ्वी विसरतोयस तू माणसा.

हो, पृथ्वी. पृथ्वी– ब्लू प्लॅनेट.

बरं, आता अंगठीतले नवग्रह कोणते?

हे बघ– हा पिवळा खडा आहे तो गुरूचा, पुष्कराज. लाल माणिक आहे तो मंगळाचा. नील आहे शनीचा. आणि हे इतर आहेत ते राहिलेल्या ग्रहांचे.

बरोबर ना?

ठीक आहे. थोडं बरोबर आणि थोडं चूक. उदाहरणार्थ– माणिक (Ruby) हा सूर्याचा (रवी) खडा, मंगळाचा नव्हे. मंगळाचा खडा आहे पोवळे (Coral). गुरूचा पुष्कराज (Yellow Sapphire) आणि शनीचा नील (Blue Sapphire) हे दोन्ही तू बरोबर सांगितलंस. आता अंगठीतले इतर खडे आहेत ते म्हणजे; पाचू (Emerald) बुधाचा, मोती (Pearl) चंद्राचा, हिरा (Diamond) शुक्राचा, गोमेद (Hessonite) राहूचा आणि वैडुर्य (Cat's Eye) हा केतूचा. असे हे अंगठीतले नवरत्नांचे खडे.

वा! किती सुयोग्य आणि किती कलात्मक जोड्या लावल्या आहेत ना? बघ ना– मंगळ आणि रवी दोघेहि लाल, पण रवी तेजस्वी असल्याने माणकाची योजना झाली असावी. गुरू पिवळसर दिसतो, चंद्र शांत आणि शुक्र तेजस्वी म्हणून पुष्कराज, मोती व हिरा ही संगती पण योग्यच वाटते. मात्र बुध, शनी आणि राहू-केतूबद्दल काही सांगता येत नाही.

खरं आहे. मला वाटतं की, ही नवग्रहांची संकल्पना आपल्याकडे दक्षिणेतून आली असावी. दाक्षिणात्य– विशेषत: तमिळ लोकांमधे राहूकालाचं खूप महत्त्व असतं. पाचू, गोमेद आणि वैडुर्य ही तिन्ही रत्ने भारतात सापडतात. पण विशेष म्हणजे गोमेद (ग्रर्नेत म्हणूनही ओळखला जातो) आणि वैडुर्य हे तमिळनाडू आणि श्रीलंकेमध्येच सापडतात. गोमेदचा रंग दालचिनीसारखा, तर वैडुर्य हे मांजराच्या डोळ्यासारखे खरोखरच दिसते. अंहं, अंगठीतलं नाही दिसणार, ते बरंच मोठं आणि चांगल्या प्रतीचं असावं लागतं त्यासाठी.

पण चंद्र हा तर ग्रह नाही ना?

हो ना. चंद्र नाही, तसाच सूर्यही नाही; पण तरी ते अंगठीमध्ये आहेत. बुध, शुक्र, मंगळ, गुरू व शनी हे पाच ग्रह आकाशातही आहेत आणि अंगठीतही. राहू-केतू फक्त अंगठीतच आणि पृथ्वी हा ग्रह आहे, पण नवग्रहात तिचा समावेश नाही. म्हणजे आपण जे नवग्रह मानतो, त्यांतले फक्त पाच ग्रह प्रत्यक्षात आकाशात दिसू शकतात.

युरेनस, नेपच्यून, प्लुटोचं तर अजून नावही घेतलं नाही आपण. मला कोणी तरी सांगितल्याचं आठवतयं की– राहू-केतू म्हणजे युरेनस आणि नेपच्यून.

छे– छे, राहू-केतू ग्रह नाहीतच. प्रत्यक्षात राहू आणि केतू हे दोन बिंदू आहेत, चंद्र-सूर्याच्या कक्षेवरचे. पृथ्वीवरून पाहताना सूर्याचा जो मार्ग दिसतो, त्याला आयनिक वृत्त म्हणतात. या आयनिक वृत्ताला चंद्राचा मार्ग दोन ठिकाणी छेदून

जातो, त्या दोन छेदबिंदूंना राहू आणि केतू अशी नावे दिली आहेत आपल्या ज्योतिषशास्त्रात.

पण याच दोन बिंदूंचं एवढं महत्त्व का?

कारण आपापल्या मार्गावरून जाताना जर चंद्र आणि सूर्य या ठिकाणी एकाच वेळी आले तर...

अरे बापरे! त्यांची टक्कर? हाहाकार!

टक्कर कशी होईल? चंद्र पृथ्वीपासून अगदी जवळ आहे आणि सूर्य किती तरी दूर.

हो– हो, खरंच की! सुटलो बुवा.

सुटतोस कसा? ग्रहण लागेल, त्याचं काय?

मग पृथ्वीवरून पाहताना चंद्र-सूर्य एका रेषेत आले, तर काय होईल?

चंद्र सूर्याला झाकून टाकेल.

त्याला काय म्हणतात?

सूर्यग्रहण. कळलं. पण ही अंगठी आहे ना, त्यामुळे ग्रहणाचा काही प्रॉब्लेम नाही; होऊ दे ग्रहण.

तुला नसेल, पण आपल्या पूर्वजांना होता. ध्यानी-मनी नसताना भर दिवसा अंधारून येतं. सूर्य अचानक दिसेनासा होतो. तो परत पूर्ववत् होईल का, की त्याला कोणी गिळून टाकला– अशा अनेक शंका-कुशंका त्यांना त्रास देत असणार. चंद्र-सूर्य एका रेषेत आल्यामुळे ग्रहण होतं, हा खगोलशास्त्रीय शोध त्यांनी राहू-केतूच्या रूपाने मांडला.

पटलं.

म्हणजे नुसत्या डोळ्यांनी दिसणारे पाच ग्रह हे दोन्हीकडे आढळतात, यात नवल नाही. युरेनस नुसत्या डोळ्यांनी दिसू शकतो म्हणतात, पण त्यासाठी नजर फारच तीक्ष्ण हवी आणि तीसुद्धा एकाची नव्हे, अनेकांची. नाही तर त्याला वेडा ठरवतील की! प्रत्यक्षात पाहू शकणारे फारच थोडे लोक असणार. कारण कोणत्याच प्राचीन संस्कृतीला– भारतीय, चिनी, बॅबिलोनियन, इजिप्शियन, ग्रीक, रोमन, माया, इंका– कोणालाच युरेनसाची माहिती नसावी, असं दिसतं.

मग युरेनस सापडला तरी कसा?

सन १७८१ मध्ये सर विल्यम हर्षल नावाच्या खगोलशास्त्रज्ञाने स्वतः बनविलेल्या दुर्बिणीतून एक नवाच गोल पाहिला. हा धूमकेतू असणार, अशी त्याची खात्री झाली. परंतु काही काळाने लक्षात आले की, याचे वागणे धूमकेतूसारखे

नाही. धूमकेतू कापसाच्या पुंजक्यासारखा ढगळ असतो. याला छान गोल तबकडीसारखा आकार होता. धूमकेतू सूर्याकडे येतो आणि त्याला शेपूट फुटते. जसाजसा तो जवळ येतो, तशी त्याची तेजस्विता वाढत जाते आणि शेपूट लांब होत जाते. असे काहीच लक्षण हा गोल दाखवेना. अखेर अगदी विल्यम हर्षललादेखील मान्य करावं लागलं की, हे शेंडेनक्षत्र नसून सूर्यमालेचे शेंडेफळ आहे. त्या काळात धूमकेतू शोधायची निरीक्षकांमध्ये चढाओढ होती. त्यामुळे त्याची फार निराशा झाली. धूमकेतू असता, तर 'हर्षल' याच नावाने ओळखला गेला असता; परंतु हे बाळ ग्रहकुळातील असल्यामुळे युरेनस असे नामकरण झाले. आपल्या पंचांगात अजूनही 'हर्षल' हेच नाव वापरात आहे.

म्हणजे, चुकून सापडला म्हणायचा!

चुकून सापडला असे म्हणणे तितकेसे बरोबर नाही. अनेक वर्षांचे अथक परिश्रम, विल्यम व त्याची बहीण कॅरोलाइन यांची अविश्रांत मेहनत, विल्यमने बनविलेली अफलातून दुर्बीण आणि इतर अनेक वेधयंत्रे, अफाट थंडीत रात्र-रात्र बसून केलेली काटेकोर निरीक्षणे... या साऱ्यांचा परिपाक म्हणजे युरेनसचा शोध. हा चुकून लागला, असं कसं म्हणता येईल?

मग नेपच्यूनही असाच सापडला का?

नेपच्यूनचा शोध म्हणजे आयझॅक न्यूटन झिंदाबाद!

आता न्यूटनला इथे कोठे आणतोस बुवा? तो तर केव्हाच वर गेला होता ना?

वा! मान लिया भाई तुम्हारेको! इतना तो पता है कि जब नेपच्यून सापड्या तब न्यूटन वहाँ होईच नहीं सकता था. लेकिन बेटे, तू तो ये जानता है कि आदमी उपर जाता है फिर भी अपने करतूत पीछे छोड जाता है.

न्यूटनके करतूत? याने गुरुत्वाकर्षण के कायदे कानून?

जी हाँ जनाब!

एऽ तू हिंदी फाडू नको रे बाबा.

सॉरी. झालं असं की– युरेनस आपल्या कक्षेमध्ये फारच हळूहळू पुढे सरकत होता. आतापर्यंत सर्वांत शेवटचा ग्रह होता शनी. त्याला सूर्याभोवती एक प्रदक्षिणा पूर्ण करायला २९ वर्षे लागतात. युरेनसला लागतात ८४ वर्षे. म्हणजे कोणी एक जण त्याच्या एका आवर्तनाची निरीक्षणे करू शकेल, अशी शक्यताच नाही. पण तरीही बरीच निरीक्षणे केली गेली होती. त्यावरून गणित मांडून त्याची कक्षा ठरविली गेली. गुरू, शनी आदी ग्रहांसाठी अशी गणिते मांडून

त्यांच्या कक्षा आधीच ठरविल्या गेल्या होत्या आणि त्याप्रमाणे कोणत्या वेळी गुरू किंवा शनी कोठे सापडेल, ते अचूकपणे सांगता येत होते. पण हा गडी युरेनस काही न्यूटनला जुमानेना. तो भलतीकडेच सापडायचा. न्यूटनच्या प्रतिष्ठेचा हा प्रश्न होता. जॉन ॲडम्स आणि जाँ जोसेफ लेव्हेरिए या दोन गणितज्ञांनी अनेक वर्षे खर्च करून निष्कर्ष काढला की, युरेनसला कोणी तरी खेचत असणार. कोणी तरी म्हणजे एखादा अज्ञात ग्रह. त्यांनी त्या ग्रहाची कक्षा काय असेल, त्याचे वस्तुमान काय असेल, हेही सांगितले. म्हणजे थोडक्यात, केवळ कागदावर आकडेमोड करून, एकदाही दुर्बिणीच्या नळीत डोळा न घालता त्यांनी सांगितले– अमुक वेळी इथे इथे पाहा, सापडेल. आणि सापडला. अर्थात अडचणी आल्या मधे, नाही असं नाही. जॉन ॲडम्स हा ब्रिटिश आणि लेव्हेरिए हा फ्रेंच होता. त्यांची एकमेकांशी ओळख तर सोडाच, त्यांना एकमेकांची माहितीसुद्धा नव्हती. जॉनने त्याचे भाकीत लेव्हेरिएच्या एक वर्ष आधी केले होते, पण वरिष्ठांची परवानगी नसल्याने प्रसिद्ध झाले नाही. लेव्हेरिएला एक शास्त्रज्ञ म्हणून नाव असलं तरी फ्रेंच सरकारची परवानगी मिळू शकली, दुर्बीण वापरण्यासाठी. अखेर त्याच्या ओळखीच्या एका जर्मन खगोलशास्त्रज्ञाने शोध घेण्यासाठी कशी तरी परवानगी मिळवून एकदाची दुर्बीण आकाशाकडे रोखल्यावर मात्र काही तासांतच नवा ग्रह सापडला. न्यूटनच्या नियमांचा हा मोठाच विजय होता.

अबबबब.... ही किती सालची गोष्ट?

दि. २३ सप्टेंबर १८४६ या दिवशी योहान गॉल नावाच्या शास्त्रज्ञाने नेपच्यून सर्वप्रथम पाहिला– म्हणजे सुमारे १६० वर्षांपूर्वी.

इंटरेस्टिंग... युरेनसचा शोध लागल्यापासून त्याची एक प्रदक्षिणा पूर्ण होण्याआधीच नेपच्यूनचाही शोध लागलेला होता म्हणायचा. मग युरेनसने न्यूटनच्या नियमापुढे नांगी टाकली तर शेवटी?

अं... बऱ्याच अंशी. पण तरीही युरेनसची कक्षा आणि त्याचा भ्रमणवेग याचा पूर्णपणे हिशोब लागत नव्हताच.

एऽ मराठीत बोल ना.

म्हणजे अजूनही युरेनस गणिती आकडेमोडीनुसार जिथे असायला हवा तिथे सापडत नव्हता.

म्हणजे अजून एक ग्रह?

आणखी काय नाही तर? या वेळी शोध घ्यायचं मनावर घेतलं, पर्सिवल

लोवेल नावाच्या अमेरिकन खगोलतज्ज्ञाने. लक्षात घे– अमेरिकन शास्त्रज्ञाने.

त्यात काय लक्षात घ्यायचं?

इतकंच की, आता खगोलशास्त्रातील संशोधनाचं पुढारीपण हळूहळू, पण निश्चितपणे अमेरिकेकडे येत चाललं होतं. त्यापूर्वीची शंभर-दोनशे वर्षे ब्रिटन आणि फ्रान्समधे चढाओढ होती. त्या महासत्ता उतरणीला लागल्या होत्या आणि त्याचबरोबर अमेरिकेचा सुवर्णकाळ उदयास येत होता, याचा हा एक बारीकसा दाखला.

इंटरेस्टिंग! याबद्दल अजून कधी तरी सांगा ना नंतर.

समजलो. आता प्लुटोबद्दल सांगा, असंच ना? सांगतो. तर, हा पर्सिवल लोवेल म्हणजे एक विक्षिप्त वल्ली होता. बड्या घरचा होता. लोवेलने ॲरिझोनामध्ये फ्लॅगस्टाफ नावाच्या गावी एक खासगी वेधशाळा उभारली होती. त्याने या प्लॅनेट 'एक्स्'चा शोध जारीने सुरू केला, परंतु १९१६ मध्ये त्याचा मृत्यू होईपर्यंत त्यात त्याला यश आले नाही. पुढे १९२९ पर्यंत शोध बंदच पडला होता. वेधशाळेचे कार्य १९२९ मध्ये पुन्हा सुरू झाले आणि योगायोगाने क्लाइड टॉमबॉ नावाच्या एका शेतकऱ्याच्या पोराने वेधशाळेत नोकरी धरली. शालेय शिक्षण जेमतेम पुरे झालेले; पण त्याने स्वत: एक टेलिस्कोप (दुर्बीण) बनविला होता. त्यातून वेध घेऊन त्याने मंगळाची चित्रे काढली होती. त्या आधारावर त्याला ही नोकरी मिळाली. काम अतिशय कठीण आणि कंटाळवाणे होते. (नाही तर कोणी तरी आधीच नसते का केले?) रोज रात्री कडाक्याच्या थंडीत आकाशाच्या वेगवेगळ्या भागाची छायाचित्रे काढायची. एकेका चित्रासाठी अनेक तासांची तपश्चर्या. मग दिवसा त्या छायाचित्रांच्या प्रती काढून प्रत्येक चित्र मायक्रोस्कोपखाली घालून प्रत्येक तारा हलला आहे की नाही, हे पाहायचे.

अरे... रात्री टेलिस्कोपमध्ये डोळा घालायचा, दिवसा मायक्रोस्कोपमध्ये; मग झोपायचं केव्हा? हे असं रोज?

सांगतोय काय तर मग! आणि ॲरिझोनामधल्या थंडीची तर तू कल्पनाही करू शकणार नाहीस; इथे मुंबईत थंडीने हुडहुडी भरते तुला! हे असं जवळजवळ एक वर्षभर चालू होतं.

मग?

अखेर १९३० च्या फेब्रुवारीमधे त्याला प्लॅनेट एक्स सापडला. पर्सिवल लोवेलचे भाकीत खरे ठरले.

वा: वा! जोरदार टाळ्या. प्लॅनेट 'एक्स' म्हणजेच प्लुटो तर! आणि आता

तो 'एक्स' प्लॅनेट म्हणायचा; नाही का?

वाहवा! बहोत खूब, बहोत खूब!

पण का? प्लुटोला ग्रह म्हणायचे नाही, असा आग्रह का?

एकेकाचं नशीब असतं बघ. नवा ग्रह सापडला खरा, पण अपुऱ्या दिवसाच्या मुलासारखं त्याचं वजन, वस्तुमान अगदीच कमी होतं. युरेनस आणि नेपच्यूनसारख्या भीमकाय ग्रहांना खेचण्यासाठी प्लॅनेट एक्सचे वस्तुमान पृथ्वीच्या अनेकपट असणे आवश्यक होते. पण प्लुटोचे वस्तुमान अगदीच किरकोळ निघाले. एक लक्षात घे की– हा पठ्ठ्या सापडला तो महामुश्किलीने. त्या वेळचे तंत्रज्ञान, उपकरणांची अचूकता यावर आधारित त्याची कक्षा, वेग, वस्तुमान वगैरेचे अंदाज होते. जसजसे नवनवे तंत्रज्ञान उपलब्ध होत गेले, उपकरणांची अचूकता वाढत गेली; तसतसे प्लुटोचे वस्तुमान आणि आकार कमी-कमी होत गेला. सध्या प्लुटोचे वस्तुमान पृथ्वीच्या वस्तुमानाच्या १/२००० इतके समजले जाते. यातच आणखी भर म्हणजे, १९८९ मध्ये जेव्हा व्हॉएजर या यानाने नेपच्यूनची पुनर्मोजणी केली; तेव्हा असे लक्षात आले की, नेपच्यून आणि युरेनसमध्ये पूर्णपणे गुरुत्वाकर्षणाचे संतुलन (balance) आहे. नेपच्यूनच्या वस्तुमानाच्या अंदाजातच चूक होती आणि त्यामुळे युरेनसच्या कक्षेचा मेळ जुळत नव्हता. म्हणजे, ज्या कारणासाठी प्लॅनेट एक्सचा शोध सुरू झाला, ते कारणच मुळी अस्तित्वात नव्हते. चुकून सापडला म्हणायचा तो प्लुटो.

चुकून का असेना, पण आता सापडला ना? फिरतोय ना तो इतर ग्रहांप्रमाणे सूर्याभोवती? लहान असला तर असू देत ना. बुध तरी कुठे फार मोठा आहे? कशाला काढता रे त्याला?

सूर्याभोवती फिरतो, हे खरंय; पण अ‍ॅस्टेरॉइड्ससुद्धा फिरतात– आपण ज्यांना अशनी म्हणतो. मंगळ आणि गुरू यांच्यामधे एक पट्टा (Asteroid belt) आहे. त्यात हजारो छोट्या-मोठ्या अ‍ॅस्टेरॉइड्स आहेत. त्यांपैकी काही सीरससारख्या शेकडो किलोमीटर लांबी-रुंदीच्या आहेत. व्यास (diameter) म्हटलं नाही, कारण ह्या ग्रहांसारख्या गोल नसतात. तर, या अ‍ॅस्टेरॉइड्सना ग्रह मानत नाहीत. त्यांना नवी संज्ञा आहे. मायनर प्लॅनेट्स– किरकोळ ग्रह. ग्रहांच्या कक्षा अगदी वर्तुळाकार (perfect circle) नसल्या, तरी अति लंबवर्तुळाकार (elliptical) नसतात. तसंच ग्रहांच्या कक्षा एकात एक (concentric) असतात; त्या एकमेकांना छेदून जात नाहीत. प्लुटो हे दोन्ही संकेत पाळत नाही. त्याची कक्षा लंबवर्तुळाकार आहे. इतकंच नाही, तर त्याच्या २४० वर्षांच्या

प्रदक्षिणाकाळापैकी वीस वर्षे त्याची कक्षा नेपच्यूनच्या कक्षेच्या आतून जाते.*

मग त्यांची टक्कर होण्याची शक्यता?

नाही. कारण बाकी सर्व ग्रहांच्या कक्षा एका पातळीत असताना प्लुटोची कक्षा मात्र वेगळ्या पातळीत आहे. ग्रहांना उपग्रह असतात, असू शकतात. नवल म्हणजे इतका बारका असूनही प्लुटोलाही उपग्रह नुकताच सापडला आहे. त्याचं नाव 'शॅरन'. पण इथेही विचित्रपणा आहेच. प्लुटो व्यासाने ग्रहांमध्ये सर्वांत लहान आहेच; पण सात उपग्रहांपेक्षा– त्यात चंद्रही आलाच– देखील तो लहान आहे. इतर ग्रहांच्या आणि त्यांच्या उपग्रहांच्या व्यासामध्ये प्रचंड फरक असतो. प्लुटो आणि शॅरनच्या व्यासात फारसा फरक नाही. शिवाय दोघांमध्ये अंतरही अगदीच कमी आहे. थोडक्यात, इथे ग्रह-उपग्रह असा प्रकार नसून, ही एक जोडगोळी आहे. आणि सर्वांत महत्त्वाचं म्हणजे, प्लुटो आता एकटा राहिला नाही. सन १९९२ पासून साधारणपणे प्लुटोच्याच आकारमानाच्या बऱ्याच जोडगोळ्या सापडल्या आहेत आणि आणखी सापडत आहेत. या सर्वांना ग्रह म्हणायचं; तर ग्रह नऊ-दहा न राहता शेकडो, कदाचित हजारो होतील. म्हणजे पंचाईत!

पण फक्त प्लुटोला ठेवायचं रे. कशाला काढायचं उगाच?

फारच बुवा तुझं प्लुटोवर प्रेम. आता त्यांनी एक नवाच वर्ग निर्माण केला आहे. ड्वर्फ प्लॅनेट्स, खुजा ग्रह. प्लुटो हा या वर्गातला पहिला मानकरी आहे. म्हणजे ग्रहांमधला शेवटचा टिल्लू होता, त्याऐवजी सर्वांत बलदंड (सध्या तरी) खुजा ग्रह म्हणून ओळखला जाईल तो आता.

असं का? मग चालेल.

तर, अशी ही प्लुटोच्या हकालपट्टीची कहाणी. सुरस आणि चमत्कारिक. अजून काय? बोल.

अजून काय? बरं वाटलं ही कहाणी ऐकून. पण एक गोष्ट राहिलीच की! 'सोलर सिस्टीम्स'चा टिकर सिम्बॉल...

सांगतो हं, सांगतो. त्याआधी जरा त्या भिंतीवर डोकं आपटून येतो आणि मग सांगतो. चालेल ना?

।। इति श्री प्लुटोपुराणम् संपूर्णम् ।।

--- --- ---

✳ प्लुटोविषयी (किंवा एकूणच कोणत्याही वैज्ञानिक प्रश्नाविषयी) अधिक माहितीसाठी पाहा. http://en.wikipedia.org/wiki/pluto

या वेबसाईटवर प्लुटो कसा सापडला हे दाखवणारे एक छायाचित्र, तसेच त्याची कक्षा कशी विचित्र आहे हे दाखवणारी दोन चलत् चित्रे आहेत; ती अवश्य पाहा.

■

आकाशगंगा

पाहिली मी एकदाची फिरूनी ती आकाशगंगा
मंद्रशीतल नादलहरी खुलवून जाती अंतरंगा

पाहता पाहिला तो सूर्य आता मावळूनी
पक्षी गेले निजघराला ऊन त्याचे आवरूनी

श्यामवर्णी नभाची नीलकांती पारदर्शी
एक झाला गौरप्रभु ज्या सर्वगामी सागराशी

दिव्य व्योमाची निळाई ओसरूनी गेली जशी
गाव आला तारकांचा पाहण्या पृथ्वी अशी

कृष्णवदनी गगन होता हर्षवेगे सज्ज झालो
दूरदर्शी जोडून नेत्रा अमृताचे पूर प्यालो

दर्शिला तेजस्वी गुरुराज सोबत सौंगडी
पृथ्वी नाही विश्वकेंद्री, सांगते जी चौकडी

वेध घेऊनी मृगाचा गर्भोदरी अवलोकीले
तरल धूसर मेघजाली चार हीरक जन्मले

मोडवेना निजसमाधी अनिवार तरी होतेच जाणे
परतलो मी तृप्तहृदये ऐकीत अंतरिक्षाचे तराणे

आकाशगंगा प्रस्तावना

पॅनस्टार्स हा धूमकेतू पाहण्यासाठी मी परवा बाहेर पडलो. उंच 'सिरस' ढगांची पश्चिम क्षितिजावर दाटी झालेली असल्यामुळे पॅनस्टार्सचे दर्शन हुकले; पण इतरत्र आकाश निरभ्र असल्याने आकाशगंगा, गुरू, मृगनक्षत्र आणि अवकाशातील इतर काही चमत्कृतींचे निरीक्षण करता आले.

हा झाला तांत्रिक भाग. परंतु, ज्या भाग्यवंतांनी पूर्ण काळ्या रात्री चंद्र नसताना भरगच्च ताऱ्यांनी डवरलेल्या आकाशगंगेचे दर्शन घेतलेले आहे; त्यांना जाणवले असेल की, मी जे अनुभवले ते या रुक्ष 'रिपोर्ट'मध्ये अजिबात आलेले नाही. म्हणून हा कविताप्रपंच. त्यातील काही उल्लेख (संदर्भ) आकाशप्रेमींना लगेच समजतील, असे वाटते. हवे असल्यास नंतर स्पष्टीकरण देईन.

पावसाशी संवाद

मी जेव्हा पावसाला म्हटलं, "लेका, पडावा तिथे थेंब नाही आणि नको तिथं धो-धो?"

तर तो धो-धो हसला.

हसून-हसून डोळ्यांना पाणी आलं त्याच्या.

"शाबास! म्हणजे आता मी कुठे पडायचं, ते तुम्ही मला सांगणार?"

मी जरा वरमलो. म्हटलं,

"तसं नाही... पण अपेक्षा असतात. पावसानं पडावं. पक्ष्यानं उडावं. दगडानं बुडावं. बाळानं..."

"पुरे- पुरे, कळलं. अपेक्षा असतात. अपेक्षा करायला काही पैसे पडत नाहीत. मग हवं त्यानं हवी ती अपेक्षा ठेवावी. अपेक्षा ठेवायला काय जातंय कुणाच्या बापाचं? त्या पूर्ण करायचा प्रयत्न करून पाहा एकदा, मग कळेल कशी फाटते ती!"

पाऊस जरा तापलेलाच होता. पावसाने तापून कसं चालेल? म्हणून त्याला थंड करण्यासाठी मी म्हणालो, "फाटावं हीच तर अपेक्षा आहे. म्हणजे आभाळ फाटावं, पुष्कळ पाऊस पडावा... जिथं हवा तिथे- अशी."

त्यावर तो शांत झाला. हसला. "मान्य आहे. पण माझ्या हातात आहे का ते? वारा नेईल तिथे आम्ही जाणार. आर्द्रता योग्य झाली, तरच पाणी गळणार. आम्ही म्हणजे काय नळ आहोत का? तुझी खरी तक्रार वाऱ्याशी आहे... बाळानं 'रडावं', असंच म्हणणार होतास ना तू?"

मी खरं तर 'बाळानं हसावं' म्हणणार होतो. बाळानं रडायचं कशाला? पण उगीच वाद नको म्हणून मी नुसती मान हलवली आणि म्हणालो, "आता वाऱ्याशी कोणी भांडावं? आणि त्याला

कान कुठे आहेत ऐकू यायला? उलट, त्याचंच तोंड सतत चालू. पायाला भिंगरी लावलेली आणि तोंडाची मोटार फुलस्पीडमध्ये. आता सळसळ असेल अन् क्षणात सोसाटा. त्याच्या नादी कोण लागणार?''

''पण तिथेच तुझा प्रॉब्लेम आहे. सारखी वादळं, टोर्नेडो, हरिकेन, सायक्लोन येत राहिली; तर पाऊस तिथेच पडणार धो-धो. आणि दुसरीकडे इल्ले.''

''ठीक आहे. मी वाऱ्याशी बोलून बघतो. टेक केअर.''

तेवढ्यात वारा घोंघावत आला आणि माझी छत्री उडून चालली. ती सावरत मी वर पाहिले, तर पावसाने विजेचा एक डोळा मिचकावला. तितक्यात माझी बस आली आणि मी छत्री काखोटीला मारून तिकीट घेऊन पुढे सरसावलो. वाऱ्याशी बोलायचं मग राहूनच गेलं.

स्तब्ध पाणी शेवाळलेलं

स्तब्ध पाणी शेवाळलेलं

पाण्यात दगड गोटे गुळगुळीत

काटक्या वेड्यावाकड्या काही झाडाची मुळं

पाण्यावर तरंगणारं कवडशांचं ऊन सोनेरी

वाळलेल्या पानांच्या रांगोळ्या

पाण्यामधे सुळसुळणाऱ्या,

मधेच चमचमणाऱ्या हजार मासोळ्या

आणि काही बेडूक मुग्ध

त्यातच एक काटकी सरळसोट ताठर

तिला फुटलेला करकोचा पाण्यावर

त्याचं सर्व शरीर झालेलं धनुष्य

प्रत्यंचा ताणलेली सज्ज स्तब्ध...

...एक पान भिरभिरत येऊन पाण्यावर विसावतं

एका मासोळीचं मन त्याकडे झेपावतं

पाण्यावरचे तरंग विरतात

स्तब्ध पाणी शेवाळलेलं

एक करकोचा, काही बेडूक मुग्ध आणि

झिळमिळणाऱ्या नऊशे नव्व्याण्णव मासोळ्या...

चंद्र हरवला आहे

चेहरा गोल, उजळ वर्ण
चेहऱ्यावर काळे वण, पण एकंदरीत देखणा आहे.
तरणाबान्ड दिसत असला तरी वय बरेच आहे.
स्वभाव जरा एककल्ली आहे.
एकच गोष्ट परत परत करण्याची आणि एकट्यानेच फिरायची
सवय.
आहे तसा रात्रींचर, पण दिवसाही कधी कधी दिसतो.
मात्र तेव्हा त्याची ही ऐट, ही चमक उसनी आहे हे समजून येते.

तर, हरवला आहे काल संध्याकाळपासून.
परवा शुक्राच्या चांदणीबरोबर फिरायला जायचे त्याने कबूल
केले होते.
पण तो आलाच नाही.
मग ती रुसली, रागाने लखलखली आणि आता ढगाच्या
पडद्याआड गेली आहे.

आणून देणारास येण्या-जाण्याचा खर्च आणि योग्य ते बक्षीस
देऊ.

- कवी चंद्रहास चंद्रात्रे
'आकाशगंगा' क्षितिजापल्याड, इंद्रधनूच्या बाजूला
(शुक्रतारा हाउ. सो.च्या समोर)
फोन : कशासाठी?

प्रिय चंद्रा...

तू गेल्यापासून ...
सागराला उधाण येईनासे झाले आहे.
कवी वेडेपिसे झाले आहेत
आणि वेडे लोक नॉर्मल झाले आहेत.
सर्वांत महत्त्वाचे म्हणजे ज्योतिष्यांच्या तोंडचे पाणी पळाले आहे.

तू असशील तिथून ताबडतोब परत ये. तुला कोणी काही
बोलणार नाही.
अगदी गणेश चतुर्थीलासुद्धा हवे तर तुला बघू.
शुक्राची चांदणी तुला परत भेटायला तयार आहे.
तरी तू परत ये.

तुझे,
चंदू, सोमू, शशांक, शशी, कला, यामिनी आणि चंद्रकला

■

कायदेशीर नोटीस

वरील जाहिरातीतील वर्णन केल्याप्रमाणे श्री. चंद्र ऊर्फ सोम ऊर्फ शशांक
हे कालपासून नाहीसे झालेले आहेत. असे करताना त्यांनी दिनांक इ.स.
पू.४,०००,०००,००० मध्येकेलेल्या सूर्यमालेच्या कराराचा जाणूनबुजून
भंग केलेला आहे, याचीसंबंधितांनी नोंद घ्यावी.
या करारातील श्री. न्यूटन व श्री. केपलर यांनीआखलेल्या मार्गावरूनच
फिरणे व घालून दिलेल्या नियमांचे पालन करणे, या दोन्ही महत्त्वाच्या

अटींचे उल्लंघन श्री. चंद्र यांच्या वर्तणुकीमुळे झाले आहे. यामुळे झालेल्या अथवा होणाऱ्या अथवा होऊ शकणाऱ्या, अथवा न झालेल्या अथवा न होणाऱ्या किंवा होऊ न शकणाऱ्या कोणत्याही परिणामांची जबाबदारी आमच्या अशिलांकडे नाही. तसेच येण्या-जाण्याचा खर्च हा सेकंड क्लासच्या हिशेबाने मिळेल. योग्य म्हणजे काय, ते ठरविण्याचे सर्व अधिकार आमचे अशिलांकडेच राहतील.

नोटिस रुजू केली असे.

पृथ्वीराज सूर्याजी जगदाळे, वकील

■

संपादकीय खुलासा

वाचकांना नम्र विनंती. सदरहू चंद्र परत आलेला आहे, तरी कृपया या जाहिरातीसंबंधी फोन, पत्रव्यवहार अथवा प्रत्यक्ष चौकशी करू नये. चंद्र रोज ठरल्या जागी हजर असतो. तो न दिसल्यास सूसा ऑप्टिशियन्स यांच्याकडे डोळे तपासून घ्यावेत. जाहिरात देणारे कवी चंद्रात्रे यांची दिशाभूल झालेली होती, असा खुलासा त्यांनी केला आहे. पूर्व समजून आपण पश्चिमेकडे पाहत होतो म्हणून चंद्र सापडला नाही, असे त्यांचे म्हणणे आहे. आम्ही त्यावर वाद घालीत बसलो नाही. आम्हाला दुसरी कामे आहेत. आपणास इच्छा असल्यास त्यांच्याशी परस्पर प्रत्यक्ष संपर्क साधावा.

■

पिकलं पान

सोसाट्याचा वारा आला.

एक पान गळालं आणि भिरभिरत उडालं. तसं ते तयार होतंच. गेल्या काही दिवसांपासून सूर्याची किरणे वेगळ्याच दिशेने येऊ लागली होती. आजूबाजूच्या पानांचे रंग बदलून ती लाल-पिवळी झाली होती. हवाही गार झाली होती. वारे जरा जोरातच वाहत आहेत, असं त्याला वाटत होतं. उन्हाळ्यात किती वादळं झाली, मुसळधार पाऊस पडला; पण त्याची उलट मजाच वाटायची. छान अंघोळ केल्यासारखं स्वच्छ वाटायचं. पण हे आताचे वारे वेगळेच होते. त्यांच्या जोरापुढे आपण टिकाव धरू शकणार नाही, अशी भीती त्याला वाटू लागली होती. रात्री झोपेत त्यानं झाडाची कुजबूज ऐकली होती. सगळी पानं लवकरच नाहीशी होणार, हे त्यानं ऐकलं होतं; मात्र त्याचा अर्थ उमगला नव्हता तेव्हा. आता तसं ते तयार होतं, पण तरी ह्या वावटळीनं त्याला बेसावधच गाठलं होतं.

ते विचार करू लागलं... पिकलं पान गळून तर गेलं. काय केलं मी जन्माला येऊन?

मग त्याला आठवले वसंत ऋतूतले दिवस...

ती सुरेख शिरशिरी आणणारी हवा

सूर्याची हवीहवीशी वाटणारी ऊब

वाऱ्यावर डोलणारे नाजूक-निरागस फुलांचे घोस

त्यांचे धुंद करणारे सुवास

खारींची मनोरंजक धावपळ

किलबिल करणारे अनंत पक्षी, दिशादिशांतून परतलेले.

...सगळं आठवलं.

जास्तीत जास्त सूर्यप्रकाश पिऊन सर्वांत आधी कोण पान बनणार– अशी इतर कोंबांबरोबर लागलेली चुरस आठवली. हिरव्या-पिवळ्या लालसर

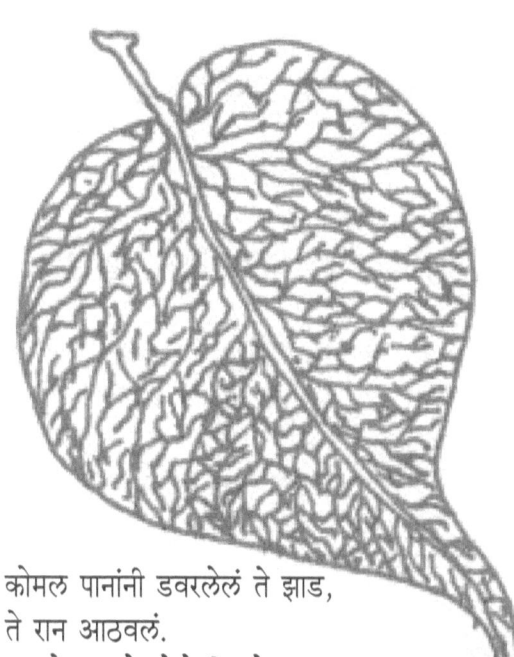

कोमल पानांनी डवरलेलं ते झाड,
ते रान आठवलं.
पानाने सुखाने डोळे मिटले.
ते वाऱ्यावर छान झोके घेत राहिलं काही काळ.
गिरक्या घेताना त्याला मजा येत होती.
वेगळंच जग त्याला प्रथमच दिसत होतं.
तऱ्हेतऱ्हेची छोटी-मोठी झाडं त्याने पाहिली.
निरनिराळे रंग घेऊन ती सजली होती. सूर्याच्या उन्हात
झगमगत होती.
पानाला प्रश्न पडला– मी कोणाचा? कुठून आलो मी?
त्याने स्वतःला कधी पाहिलंच नव्हतं.
पानाला खूप एकटं वाटायला लागलं. जग एवढं मोठं असेल, अशी त्याने
कधी कल्पनाच केली नव्हती. त्याच्या झाडाच्या आसपासची सगळी झाडं
एकसारखीच होती. दुसरी झाडे असतात, हे त्याने ऐकलं होतं. झाडावर
येणारे पक्षी कधी कधी बोलत असत दुसऱ्या झाडांबद्दल, दूरच्या देशाबद्दल;
पण पानाने त्याकडे फार लक्ष दिलं नव्हतं. आता त्याला त्याचं वाईट
वाटायला लागलं. त्याला दिसणाऱ्या चार झाडांपलीकडे एक दरी आहे, हे
त्याला प्रथमच कळलं. वर पाहिलं, तर डोंगराचं शिखर दिसतही नव्हतं.

दरीत खोलवर नदीचं पात्र होतं. त्या पाण्याचा खळखळाट त्याला ऐकू येत असे. आता त्याने प्रत्यक्ष पाहिलं. त्याचं मन हरखून गेलं. पण त्याला सर्वांत आश्चर्याचा धक्का बसला असेल, तर तो या गोष्टीचा– नजर जाईल तिथपर्यंत डोंगरच डोंगर. आणि सारे डोंगर रंगीबेरंगी झाडांनी नटलेले. हे अपूर्व दृश्य पाहून आपल्या जीवनाचं सार्थक झालं, असं त्याला वाटलं.

आणि मग फिरून तोच प्रश्न उभा राहिला– सार्थक होण्यासारखं काय केलं मी आयुष्यात?

सारी पाने सळसळत, आनंदात हसत-खिदळतायत हे पाहून त्याला म्हणावंसं वाटलं... तुम्हाला कल्पना आहे का, की अजून थोड्याच काळात तुमची माझ्यासारखीच अवस्था होणार आहे? करा लेको मजा आता : फार वेळ नाही उरलेला. लवकरच उत्तरेकडचे बर्फाळलेले वारे येतील. हिमवर्षाव होईल. सगळीकडे पांढरं-पांढरं होईल. झाडांचे नुसते सांगाडे उरतील, तपस्वी ऋषींप्रमाणे. त्याला तीव्र इच्छा झाली बर्फ पाहण्याची. पतंगास ज्योतीची वाटते तशी ओढ त्याला वाटली. एके रात्री झोप येत नव्हती, तेव्हा झाडाने सांगितलेली गोष्ट त्याला आठवली. दिवस आणि रात्रीला एकमेकांना भेटायचं असतं. रात्रीला भेटण्यासाठी दिवस रेंगाळतो. वाट पाहतो. पण रात्र येतच नाही. तो हिरमुसतो, दुखावतो. पण आता रात्रीला राहावत नाही. तुझ्या तेजामुळे मी तुला भेटू शकले नाही, हे सांगायला ती लवकर येऊ लागते. पहाटे उशिरापर्यंत जागत राहते, पण दिवस तिला भेटत नाहीच. त्यांची कधीच भेट होऊ शकणार नाही, हे त्यांना समजूनही ते प्रयत्न सोडत नाहीत. त्याच्या लक्षात आलं की, पानांचं आणि बर्फाचं तसंच नातं आहे. त्याला परत खिन्न वाटू लागलं.

अशा दुःखी, विचारमग्न अवस्थेत असताना एकदम वाऱ्याच्या लाटेने त्याला उलटंपालटं केलं. सूर्याच्या लखलखीत प्रकाशाने दिपलेले डोळे मिचकावीत असताना त्याला जाणवलं की, आपल्या अवती-भवती पानांचा थवा आहे. त्यांतली तऱ्हेतऱ्हेची, नाना रंगांची पाने पाहून त्याला आता आश्चर्य वाटलं नाही; छान वाटलं. पण त्या घोळक्यात जेव्हा त्याने एक ओळखीचं पान पाहिलं, तेव्हा ते फार खूश झालं. त्या दोघांनी एकाच फांदीवर जन्म घेतला होता. आपल्या शाखाबंधूला पाहून पानाला बरं वाटलं, तरी उदास विचार काही मनातून जाईनात. हे दुसरं पान धमाल मजा करत होतं.

"तू असा दुर्मुखलेला का?"
"मी जन्माला येऊन काय मिळवलं, या विचाराने मी दु:खी आहे."
"अरे, अरे– आपण दोघांनी एकच उन्हाळा अनुभवला आणि तरी तू असं म्हणतोस? किती मजा केली आपण... किती कष्ट केले! मधेच जेव्हा अवर्षण झालं आणि ऊन तापत राहिलं, तेव्हा खालच्या फांदीवरच्या पानांना आपणच संरक्षण नाही का दिलं? झाडसुद्धा म्हणालं होतं आणि मग सगळ्या पानांनी टाळ्या वाजवल्या होत्या. विसरलास ते?"
"नाही विसरलो. पण ते काय– आपण वरच्या फांदीवर होतो, म्हणून झालं. आपण काय केलं? मी काय केलं विशेष?"
"होय. नशिबाने आपल्याला तिथे टाकलं, हे खरं. पण आपलं जे काम होतं, ते आपण मनापासून केलं की नाही? आपण चुकारपणा करू शकलो असतो. गळून जाऊ शकलो असतो– हो की नाही? आणि त्या फांदीवर त्रास काही कमी होता? उन्हाचा, वाऱ्याचा, पावसाचा पहिला जोर आपल्यालाच सहन करावा लागायचा."
"खरं. पण एका पानाने काही फरक पडला असता, असं मला वाटत नाही."
"मी म्हणतो, पडला असता. निष्ठेने, मनापासून कर्तव्य करणाऱ्यामुळे नेहमीच फरक पडतो. हा उन्हाळा असा तीव्र होता की, एका पानाच्या कमीने झाड जळून जाऊ शकलं असतं. असेल ते असो. आपण तेव्हाही मजा केली आणि आताही मजा करणार. हीऽऽऽ हॉऽऽऽ"
असे म्हणून त्याने एक गिरकी घेतली आणि 'पुन्हा भेटू लवकरच' असं म्हणून ते वाऱ्याच्या झोतावर पसार झालं. त्याच्याशी बोलून पानाचे चित्त पुन्हा प्रफुल्लित झाले होते. ते स्वत:शीच मोठ्याने म्हणालं,
"मी जे-जे केलं, ते मनापासून. कधी कोणाचं वाईट चिंतलं नाही. माझं आयुष्य असं का, म्हणून कधी फार तक्रार नाही केली. मी जे ऊन भोगलं, वारा सोसला, पाऊस झेलला; तो माझ्या शक्तीनुसार. त्यात कधी कसूर केली नाही. झाडाकडून, मुळांकडून जेवढं घेतलं त्यापेक्षा जास्त देण्याचा प्रामाणिक प्रयत्न केला. माझी ओंजळ लहान असली, तरी रिकामी नाही ठेवली. माझं जीवन सफल झालं."
त्यालाही मग हीऽऽ हॉऽऽऽ असं जोरात ओरडावंसं वाटलं. पण आपली सुख-दु:खं मोठ्याने प्रकट करण्याचा त्याचा स्वभाव नव्हता, म्हणून त्याने

नुसती हलकेच एक शीळ घातली.
ती शीळ ऐकून वारा त्याच्या कानात कुजबुजला, "आता तुला कोठे घेऊन जाऊ?"
"मी कोण, कसा– ते मला पाहायचे आहे!" पानाने उत्तर दिले.
वारा मग त्याला उंच-उंच घेऊन गेला. विराट झाडे पाहता-पाहता चिमुकली दिसू लागली. झाडे-पाने राने-वने सर्व एकमेकांत हरवून गेली आणि एकच इंद्रधनुष्यी गालिचा क्षितिजापार गेलेला भासू लागला. आतापर्यंत अदृश्य असलेली पर्वतशिखरे ओंजळीत घेता येतील इतकी जवळ आली. त्यांचे हिमाच्छादित कडे तेजाने तळपत होते. पर्वतांच्या अंगा-खांद्यांवर खेळणारे तरल ढग पाहता-पाहता अदृश्य होत होते आणि क्षणात निराळ्या रूपात अवतरत होते. पान हरखून गेले. अथांग आकाशाची गहिरी निळाई पाहताना ते स्वत:ला विसरून गेले. दिवस आणि रात्र, वर आणि खाली, आज आणि काल... अशा कुठल्याच जाणिवा त्याला राहिल्या नाहीत. स्वत:ला पाहण्याची इच्छादेखील ते पान विसरून गेलं; पण वारा विसरला नव्हता. वाऱ्याने त्या पानाला अलगद एका सरोवरावर नेलं. सूर्याच्या प्रकाशात त्या सरोवराचे पाणी पाचूसारखे चमकत होते. त्या नितळ पाण्यात निळ्या आकाशाच्या आणि शुभ्रधवल पर्वतशिखरांच्या बरोबर पानाने आपलेही प्रतिबिंब पाहिले. आपला कंगोरेदार आकार, नाजूक नक्षीदार शिरा, देठाशी अजून हिरवं असलेलं आणि पिवळ्या-केशरी रंगाच्या मनोहारी छटांतून अग्राशी पोहोचताना लाल झालेलं आपलंच रूप त्याने पाहिलं. मधे-मधे असलेले काळे ठिपके, तपकिरी डागही त्याने ओळखले. अभिमान आणि विषाद अशा मिश्र भावनांनी त्याचे हृदय भरून आले. मी या विश्वाचा एक भाग आहे आणि हे विश्व माझ्यात आहे, ही अनुभूती त्याला झाली. त्या पाण्यावर पानाला हलकेच सोडून वाऱ्याने त्याचा निरोप घेतला.
पाण्याला टेकताक्षणीच एक पाणकिडा पानावर चढला, देठाजवळच्या हिरव्या भागातला जीवनरस शोषू लागला. पानाने समाधानाने त्याच्याकडे पाहिले. तितक्यात एका मासोळीचे कुतूहल जागृत झाले. तिने पानाला पाण्याखाली खेचून मस्त अंघोळ घडविली. पण मासोळीचा उत्साह लवकरच संपला. पान परत वर तरंगून आलं. सूर्याच्या उबदार उन्हात अंग वाळवीत, माथ्यावरच्या निळ्या आभाळाचे पुस्तक वाचीत ते निवांत डुंबत राहिलं.
■

साधकाचे वैफल्य

अशा शांत वेळी कुणी शीळ घाली
मनाची मुरली नादवुनी

नि:स्तब्ध हा सारा निसर्ग नि वारा
शरीरी शहारा उमले की

कापतसे देह परि चित्त शांत
देई प्रतिसाद हाकेला त्या

निळाई आकाशी मनाच्या तळाशी
मिळून जराशी होई एक

परी एक होता दुभागे लगेच
विचार बरेच कल्लोळती

मोडते विचारे क्षणार्धात सारे
अणुभाग बरे दीर्घायुषी

प्रयत्ने करूनी मना आवरूनी
न बुद्धी मानी काही केल्या

उदास धरती

उदास धरती
उदास हा वारा
उदास नभाचा
उदास किनारा

जाहला फुकाचा
प्रवास हा सारा
रिकाम्या जगाचा
रिकामा पसारा

पोचलो इथे मी
कसा नि कुठोनी
खुणा सर्व गेल्या
क्षितिजी मिळोनी

दिसती मला ती
भुते सर्व भवती
एकटा तरी मी
असे शून्य जगती

मस्ती

मस्तीत राहिलो मी घेऊन स्वप्न उसने
कर्जात लोळलो मी डुकराच्या दिमाखाने

धुंदीत मी यशाच्या दुःखास जवळ केले
लाथाडले सुखाला जेव्हा मनास आले

आयुष्य वेचताना कण चार जे मिळाले
सांडोनी तेही सारे हाती न काही उरले

आता आल्या दिसाचे चुकवीत तोंड फिरतो
बाजूस मी जमेच्या प्रत्येक घाव धरतो

झेलून वार सारे पचवून ठोकराही
उन्माद या जिण्याचा सोडून जात नाही!

मी वेडा होतो तेव्हा

मी वेडा होतो तेव्हा कोणाला कळले नाही
भानावर जेव्हा आलो, शंका न राहिली काही

हा समाज शहाणा सुरता, वेड्यांस इथे ना थारा
संकटात घालील पुरता, हा घातक विचार सारा

प्राचीन थोर ह्या अमुच्या जनरूढी चाली रीती
हा मूर्ख निघाला आहे, तोडण्या तटाच्या भिंती

आवरून धरा रे याला, हर एक प्रयत्ना करूनी
ह्या समाजपुरुषा पुढती अनमोल जीव ना कोणी

मी वेडा आहे किंवा नाही, हा प्रश्नच येथे नाही
गर्दीच शहाणी असते, एकटा कधीही नाही

हे आता मजला कळले, दुनिया अशीच आहे
शहाण्यास वेड लावून वेडाच शहाणा आहे

हा विचार येता हसलो, खदखदून नकळत मीही
ऐकण्यास हसणे माझे, नव्हते कान कुणाही!

लपालीपाल

कोणीतरी रोखून पाहातंय आपल्याकडे
अशी जाणीव होऊन मी डोळे उघडले आणि
तिच्या काळ्याभोर टपोऱ्या नेत्रांच्या
डोहात मी खोलवर बुडालो...

ती अनिमिष नेत्रांनी माझ्याकडे पाहात होती,
मी अविचल नजरेने तिच्याकडे पाहात होतो
त्या डोळ्यांच्या जादूने मी
मंत्रमुग्ध झालो होतो...

असे किती क्षण, मिनिटे, युगे गेली
ती निश्चल, मी खिळलेला...
शेवटी तिनेच पुढाकार घेतला आणि
चक्क जीभ काढून मला वेडावून दाखविले!

'अस्सं काय? ये बात है?'
मी आवंढा गिळला...
आता कृती करायची वेळ आली होती,
माझ्या घशाला कोरड पडली होती,

हातापायांना कंप सुटला होता...
'आता धरतो बघ तुला बरोबर'
मी धीर करून म्हणालो...
'चुक् चुक् चुक्'
असं तीनवार निर्वाणीनं बजावून
आणि आपल्या कमानदार
शेपटीला एक मोहक वळसा देऊन
ती सुळकन् निघून गेली–
दाराच्या फटीतून!

मृत्युघंटा की जीवनदाता?

हॅलो...

अरे, एक प्रश्न आहे... 'मी' बोलतोय.

बोल ना. 'मी' बोलतोय ते लगेच समजलं मला. काय हवंय?

कॉमेट. कॉमेटबद्दल विचारायचं आहे.

कसली कॉमेंट? कुणी केली?

कॉमेंट नाही रे. बहिरा झालास की काय? कॉमेट म्हणालो मी! ते आकाशात असतात, ते कॉ मे ट.

हो– हो, समजलं. ओरडू नकोस, फक्त स्पष्ट बोल. काय विचारतोयस?

कॉमेटला मराठीत काय म्हणतात?

धूमकेतू म्हणतात. शेंडेनक्षत्र असंसुद्धा म्हणतात.

म्हणतात ना? म्हणतात ना? काय म्हणालो मी– जिंकलो की नाही? हा हा हा!

अरे मित्रा, काय म्हणालास? काय जिंकलास?

अरे, विशेष काही नाही. पैज लागली होती, ती जिंकलो. मी सांगत होतो त्यांना की, शेंडेफळ म्हणतात म्हणून. आता एक चहा फुकाट.

शेंडेफळ नाही, शेंडेनक्षत्र. पण जाऊ दे. क्लोज इनफ.

येनकेन प्रकारेण चहा मिळाल्याशी कारण. काय? बरं, आणखी एक प्रश्न आहे. हे धूमकेतू म्हणजे काय असतं रे नक्की?

अरे बापरे! हा प्रश्न पहिल्याइतका सोपा नाही उत्तर द्यायला. मला आता एक मीटिंगपण आहे. आपण संध्याकाळी बोलू या का?

ठीक आहे. संध्याकाळी नक्की?

हो, नक्की. का रे, अजून एक पैज लागली आहे वाटतं?

नाही. पैज नाही, निर्भेळ उत्सुकता. चल, पळ आता. मीटिंग आहे ना तुला? बाय.

....

हॅलोऽऽ

हं, मी बोलतोय.

हो, मी ऐकतोय.

संध्याकाळी फोन कर म्हणाला होतास.

होय. हां– तर धूमकेतू म्हणजे पाणी, इतर काही वायू मिथेनसारखे आणि थोडीफार धूळ, खडे व दगडगोटे यांच्या मिश्रणातून बनलेला एक बर्फाळ थंडगार गोळा असतो. आकारानेही ओबडधोबडच असतो जरा. झालं.

झालं? संध्याकाळी फोन करायला लावून हे एवढंच उत्तर? हे तर दुपारीच नसतं का सांगता आलं?

असतं. पण मग तू प्रश्न विचारले असतेस आणि ते वाढत गेलं असतं.

अच्छा, मग मी प्रश्न विचारायला हवेत तर एकंदर? पण मित्रा, हे धूमकेतू प्रकरण इतकं अनोळखी आहे की, प्रश्न काय विचारायचे हे तरी कळलं पाहिजे ना? शाळेत असताना जे शिकलो, ते तिथेच सोडून आलो. आठवतायत ती फक्त चित्रं– भुईनळ्यासारख्या दिसणाऱ्या धूमकेतूंची. हां, एक 'इकेयासेकी' असं नाव आठवलं बघ. कोण होता रे तो?

अरे वा! इकेयासेकी आठवतोय तुला? तो गाजलेला कॉमेट होता. आपण शाळेत असताना नुकताच येऊन गेला होता तो.

असेल. मला एवढं माहितीय की, तेव्हा या इकेयासेकीला जाम टरकून असायचो मी. रात्री झोपेत असताना तो घात करणार आणि जग नष्ट होणार, अशी भीती असायची मला.

अरेरेऽऽ बिच्चारा! इतकी वर्षं धास्तीत घालवलीस? तो इकेयासेकी... तेव्हाच फुटून त्याचे तुकडे झाले होते.

एऽ ते मी आपलं शाळेत असतानाचं सांगितलं. म्हणजे, मी काय भिऊन राहत नव्हतो इतके दिवस. काय तरीच काय? पण तो इकेयासेकी फुटून गेला, ते एक बरं झालं.

इतकं मनावर घेऊ नकोस रे. धूमकेतूला घाबरायचं, त्याला अशुभ मानायचं– ही तर साऱ्या जगभरची पुराणी परंपरा आहे. धूमकेतू आला म्हणजे आता काही तरी उलथापालथ होणार, राजवट बदलणार, क्रांती होणार, दुष्काळ पडणार, रोगराई येणार... अशा समजुती सार्वत्रिक होत्या. धूमकेतू राजाला वाईट, असा ठाम विश्वास सर्वत्र होता. आणि साहजिकच

आहे ते. काही तरी अनपेक्षित, अनाकलनीय, अद्भुत आणि अविस्मरणीय असं दिसलं की; तिथे काही तरी अतर्क्य, अलौकिक शक्ती असणार, असं आपण मानतो. भितो, नतमस्तक होतो आणि त्या शक्तीला घाबरून राहतो. आता धूमकेतू पाहिला, तर या सगळ्या कसोट्यांना उतरतो. तो आकाशात अचानकपणे अवतीर्ण होतो. 'धूमकेतूसारखा तो उगवला' असा वाक्प्रचार आहेच आपल्याकडे. जितक्या अचानकपणे येतो, तसेच त्याचे तेजही तितक्याच झपाट्याने वाढत जाते. पाहता-पाहता काही धूमकेतू शुक्रापेक्षा– इतकंच काय– चंद्रापेक्षाही तेजस्वी बनतात, दिवसादेखील तळपू लागतात. आकाशातल्या दुसऱ्या कोणत्याही गोलापेक्षा (object) ते अत्यंत वेगाने सूर्याकडे धाव घेतात. त्या काळी, किंबहुना, गेल्या पन्नास वर्षांपूर्वीपर्यंत– आकाशात विमाने, सॅटेलाइट्स, रॉकेट्स वगैरे काही काही नसे, हे लक्षात घे. आणि सर्वांवर कळस म्हणून त्यांना लांबच लांब तलवारीसारखी शेपटी फुटते, कधी कधी अर्धे आकाश व्यापून टाकेल एवढी. इकेयासेकी तसाच ग्रेट कॉमेट होता. त्यानंतर एवढा चमकदार धूमकेतू अलीकडच्या काळात आलेला नाही. आणि सगळ्याच समजुती पूर्णपणे चुकीच्या आहेत, असं ठामपणे म्हणता येत नाही.

काय सांगतोयस काय? म्हणजे धूमकेतू अरिष्ट आणतात, हे म्हणणं खरंय?

असं म्हणालो का मी? माझ्या म्हणण्याचा मथितार्थ असा की– धूमकेतू आकाशात आला आणि त्याच वेळी पृथ्वीवर काही तरी वाईट घडामोडी घडल्या, असं अनेकदा झालेलं आहे.

पुराणकाळापासून तशा नोंदी आपल्याकडे, चीनमध्ये, ग्रीसमध्ये केलेल्या आढळतात. त्यांतल्या राजकीय उलथापालथी या 'सायकॉलॉजिकल फॅक्टर्स'मुळे होतात, असं मानलं– म्हणजे पाहा, 'धूमकेतू राजाला अनिष्ट' हा पूर्वग्रह जिच्या मनात घर करून बसलेला आहे, अशी सेना समोर आलेल्या परचक्राला पराभूत भावनेनेच सामोरी गेली तर नवल नाही ना? तसं पाहिलं तर आलेला धूमकेतू दोन्ही राजांना अनिष्ट ठरायला नको का? - तर, हे सायकॉलॉजिकल फॅक्टर्स दूर ठेवले तरी, धूमकेतूंचे आगमन आणि त्याच वेळी झालेले पर्यावरणातले बदल यांचे– म्हणजे अतिवृष्टी, अनावृष्टी, धरणीकंप, रोगराई अशा घटनांचे– स्पष्टीकरण 'निव्वळ योगायोग (coincidence) एवढेच', असे असू शकत नाही. त्यापेक्षा भक्कम असे हवे, असे मला म्हणायचे होते.

हे विचारकरणीय आहे तुझं म्हणणं, पण कळणीय नाही फारसं. ते जाऊ दे सध्या तरी. पण तू ज्या कसोट्या सांगितल्यास धूमकेतूच्या– तेच माझे प्रश्न आहेत, असं माझ्या लक्षात आलं तू बोलत असताना. आणि मग पुढचं मी फार नीटपणे ऐकलंच नाही.

म्हणजे, कामावर मीटिंगमध्ये जे करतोस, तेच. मग आता मीसुद्धा मीटिंगमध्ये असल्याप्रमाणेच वागून तुला सांगणार आहे की– 'स्पेसिफिक' प्रश्न विचार. जरी मला माहिती असलं तुला काय विचारायचं आहे ते, तरी!

असं का गुरुजी? ठीकाय. विचारतो... असे म्हणून तो विचारता झाला– हे महामती, धूमकेतूबद्दल आपण जे सांगितलेत, त्याने माझी उत्कंठा अधिकच वाढली आहे. हे धूमकेतू कोण असतात? त्यांचे स्वरूप काय? त्यांचे प्रकार कोणते? ते कोठून येतात, कोठे जातात? त्यांच्या तेजाचे कारण काय? त्यांना खड्गाप्रमाणे रौद्र-भयंकर अशी शेंडी का फुटते? आणि सर्वांत महत्त्वाचे म्हणजे– हे धूम्रध्यानी, असा धूमकेतू मला दुरूनच पाहायला कधी मिळेल?... अशा प्रकारच्या नानाविध प्रश्नांनी त्रस्त असा मी ज्ञानपिपासेने व्याकुळ झालो आहे. ही तृष्णा शांत करेल, असा या त्रिभुवनात कोण आहे आपल्याशिवाय (गूगल आणि विकिपीडिया सोडल्यास)? तर हे धूम्रकर्ता, आपण आपल्या ज्ञानाची वृष्टी करून माझी ही तहान लवकरात लवकर भागवावी, अशी विनंती करून नंतर तो अधोमुख होत्साता त्या फोनरूपी गुरुमुखाचे अवलोकन करू लागला. ...हे एवढं पुरे? की अजून पाहिजे?

हे मूढमती, तुझ्या नम्रतेने मी प्रसन्न झालो आहे. पूर्वसंचितामुळे जरी तू रिक्तमस्तक असलास (तुझे आई-वडील नॉर्मल वाटतात, तेव्हा हे जेनेटिक नसणार), तरी तुझ्या अल्पमतीला पेलेल अशा तऱ्हेने मी तुला हे धूम्रज्ञान देतो. ते तू एकाग्र चित्ताने ग्रहण कर. जर तू यात कर्तव्यदक्ष राहिला नाहीस, तर इकेयासेकी नावाचा तो घोर धूमकेतू परत तुझ्या राशीला लागेल. तुझ्या...

पुरे, पुरे. मुद्द्याचं बोला. वायफळ बडबड पुरे. रिक्तमस्तक काय? प्रत्यक्ष भेट, म्हणजे मग माझ्या हस्तकाची तुझ्या मस्तकाशी भेट घडवून धूम्रकर्ण बनवतो तुला!

Ok. लाइट्स... कॅमेरा... ॲक्शन...

Ok.

हे बघ, धूमकेतू दोन प्रकारचे असतात. शॉर्ट-टर्म आणि लाँग-टर्म. शॉर्ट-टर्म जे असतात, त्यांचा सूर्याभोवतीचा भ्रमणकाल सुमारे दोन ते दोनशे वर्षांचा

असतो. ते कायपर पट्ट्यातून (Kuiper Belt) येतात. लाँग-टर्म धूमकेतू ऊर्ट क्लाउडमधून (Oort cloud) आलेले असतात. त्यांचा भ्रमणकाल दोनशे ते दोन हजार वर्षांचा किंवा त्याहूनही अधिक असतो. काही काही तर सूर्याला फक्त एकदाच धावती भेट देऊन जातात. हे बर्फाचे गोळे (dirtballs) ॲस्टेरॉइड्सप्रमाणे अखंड पाषाणाचे नसतात, उलट भुसभुशीत आणि ठिसूळ असतात. साधारणपणे पंधरा ते पंचवीस किलोमीटर लांबी-रुंदीचे, पण अनियमित आकाराचे (not spherical) हे छोटे गोळे सूर्याजवळ आले की एकदम प्रकाशमान होतात आणि पृथ्वीवरून दिसू लागतात.

आता हा कायपर बेल्ट आणि ऊर्ट क्लाउड हा काय प्रकार आहे, हा प्रश्न ओघानेच आला. त्यासाठी आपल्याला सूर्यमालेशी नव्याने ओळख करून घ्यायला हवी. सूर्यमाला किंवा सूर्यमंडल हे फक्त सूर्य आणि अष्टग्रह इतपतच मर्यादित नाही. गेल्या काही दशकांत आपले लक्ष परत आपल्या नजीकच्या अवकाशाकडे वळले आणि अनेक नवनवीन शोध लागले. आपल्या घरातल्याच वस्तू आपल्याला नव्याने सापडतात, तसे. त्यातला एक म्हणजे प्लुटोचा शोध आणि कालांतराने त्याचे लघुग्रह असे झालेले वर्गीकरण.* दुसरा– प्लुटोच्या 'डिमोशन'ला कारणीभूत ठरलेला शोध कायपर बेल्ट्चा. जेरार्ड कायपर* या खगोलतज्ज्ञाने १९५० च्या दशकात असे भाकीत वर्तवले की, सूर्यमालेची निर्मिती होत असताना उद्भवलेले दगड-गोटे आणि पाषाण (planetesimals) सूर्यापासून दूर अंतरावर जमा होऊन सूर्याभोवती फिरत असले पाहिजेत. हे सारे अर्थातच भौतिकशास्त्राचे नियम आणि गणिती आकडेमोड या आधाराने केलेले भाकीत होते. या वस्तूंच्या कक्षांची मर्यादा तीस ते पन्नास ए. यू. (Astronomical Unit) अशी वर्तविली गेली. एक ए. यू. म्हणजे पृथ्वीचे सूर्यापासूनचे सरासरी अंतर (average distance). नेपच्यूनची कक्षा आहे ३० ए. यू. म्हणजे, तो या चुकार गुरांचा पहारेकरी असल्यासारखा फिरत असतो. या पट्ट्यातल्या ग्रहखंडांचा आकार साधारणपणे ५० ते १००० किलोमीटर एवढा. गुरू आणि मंगळ यांच्यामध्ये जो ॲस्टेरॉइड बेल्ट आहे, तिथेही असेच ग्रहखंड आहेत. मात्र ॲस्टेरॉइड्स मुख्यत्वे पाषाणाच्या आणि धातूच्या (metal) असतात, याउलट केबीओ (कायपर बेल्ट ऑबजेक्ट्स) मध्ये गोठलेले पाणी व वायू (ices) यांचा अंश जास्त असतो. सन १९३० मध्ये प्लुटो सापडला, तेव्हा कायपर बेल्टची कल्पनाच नव्हती. मात्र त्याच्या कक्षेचा विचित्रपणा लवकरच लक्षात आलेला होता. पुढे १९९२ मध्ये या कायपर बेल्टमधले ऑबजेक्ट्स सापडू लागले.

एरिस (Eris) हा सुमारे २६०० किलोमीटर व्यासाचा केबीओ सापडला (२००५मध्ये), तेव्हापासून लघुग्रह ही नवी वर्गवारी निर्माण करून त्यात प्लुटोसह पाच लघुग्रह आजमितीस समाविष्ट केले आहेत. नेपच्यून हा मधून-मधून या पट्ट्यातला एखादा ऑब्जेक्ट खेचून काढतो आणि गुरुत्वाकर्षणाचा खेळ होऊन तो केबीओ बिचारा लंबवर्तुळाकार कक्षेत फिरायला लागून त्याचा शॉर्ट-टर्म धूमकेतू बनतो. अशी ही सर्वसाधारण थिअरी आहे.

बस का? म्हणजे, हे नक्की नाहीच का?

बरंचसं नक्की. पण तुला माहितीच आहे– 'शास्त्र चालले पुढे'. नवे शोध लागले की, काही आधीचे समज– चुकीचे ठरून बाद होणार. बरं, अजून लाँग-टर्म धूमकेतूबद्दल बोलायचं राहूनच गेलंय. पण आज इथेच थांबू या का?

अगदी नक्की. मी वाटच पाहत होतो कधी थांबू या म्हणतोस त्याची. पण मग, कधी?

उद्या चालेल? याच वेळी?

होय. उद्या फोन करतो. गुड नाइट.

हॅलो?

लाँग-टर्म धूमकेतू ऊर्ट क्लाउडमधून येतात, बरं का. हा ऊर्ट क्लाउड कायपर बेल्टच्या पार पल्याड आहे.

बरं– बरं. आज सूर्य पश्चिमेला उगवलेला दिसतो. जेवून करणारच होतो मी फोन तुला. पण चालू दे, मी ऐकतोय.

जेवून घेऊन नंतर करतोस का?

नाही– नाही, जेवायची तशी घाई नाहीये. उगाच काही तरी कारण उपटून फोन राहून जायला नको. हं, चालू दे. हा ऊर्ट कोण, त्याची आता उत्सुकता लागलीय.

ठीक आहे. तर... मी काय सांगत होतो की– हा ऊर्टचा ढग... ढग हा शब्द तसा अयोग्य वाटतो... कवच. कवच हा शब्द कदाचित अधिक अर्थपूर्ण होईल. पण ते जाऊ दे. आपण क्लाउडच म्हणू या सोईसाठी. चालेल ना?

काहीही म्हण रे. क्लाउड म्हण, कवच म्हण– मला काऽही फरक पडत नाही. आधी सांग तर त्याच्याबद्दल.

अरेच्चा, खरंच की! सॉरी. हं, तर हा ऊर्ट क्लाउड फार दूर, तीस ते

पन्नास हजार ए. यू. इतक्या अंतरावर आहे. म्हणजे, सूर्यमालेची ही वेसच आहे म्हण ना! यापुढे सुरू होते खरे अवकाश (स्पेस). सूर्याचा सर्वांत जवळचा तारा आहे मित्र (नरतुरंग, Alpha Centauri). अंतर ४ प्रकाशवर्षे. ऊर्ट क्लाउड त्याच्या अर्ध्या रस्त्यात आहे म्हणेनास.

फॅटॅस्टिक! पुढे?

ऊर्ट क्लाउडमध्ये लक्षावधी, नव्हे कोट्यवधी छोटे गोल आहेत. गोठलेले पाणी आणि मिथेन, कार्बन डायऑक्साईड किंवा अमोनियासारखे वायू यांपासून बनलेले. त्यात थोडी धूळ आणि कचरा शोभेसाठी. डर्टी आईसबॉल असं त्याचं चपखल वर्णन केलेलं आहे इंग्रजीत. आणि हा ऊर्ट क्लाउड कायपर पट्ट्याप्रमाणे थाळीसारखा वर्तुळाकार नसून चेंडूप्रमाणे गोलाकार आहे.

हे काही समजलं नाही बुवा! ही थाळी आणि चेंडू कुठून आले मधेच?

असं म्हणतोस? ठीक आहे. आपण दुसऱ्या मार्गाने जाऊ. मला सांग– सूर्यमाला म्हटल्यावर तुझ्या डोळ्यांसमोर काय चित्र उभं राहतं?

अं... म्हणजे एक सूर्य आहे मधे आणि त्याच्याभोवती ग्रह फिरतायत. सगळ्यात आत बुध, मग शुक्र, पृथ्वी, मंगळ, गुरू, शनी, युरेनस– मग नेपच्यून आणि प.. प्लुटो?

हो, अगदी बरोबर. प्लुटो ग्रह नसला तरी, तो आहे तिथेच आहे. बरं, अजून काही?

हो. प्रत्येक ग्रहाचा उपग्रह किंवा अनेक उपग्रह त्या-त्या ग्रहाभोवती फिरतायत.. आणि हो– कायपर बेल्ट आहे कुठे तरी तिथेच. आणि अ‍ॅस्टेरॉइड्स. त्यापण असतात इकडे-तिकडे.

आता गडबड व्हायला लागली ना? तीच दूर करायचा प्रयत्न करत होतो. असं कर– एक संत्र घे. म्हणजे, मनातल्या मनात. हा समज सूर्य आहे. आता तो कापून अर्धा कर. केलास? आता अशी कल्पना कर की, एक भला मोठा कागद आहे. त्या कागदावर तो अर्धा कापलेला संत्रसूर्य ठेव. रस गळेल, गळू दे. कल्पनेतलाच आहे. आता त्या सूर्याभोवती तू सांगितल्या क्रमाने ग्रह फिरत आहेत आपापली पिलावळ घेऊन. मात्र या ग्रहांमधले अंतर वाढते आहे आणि मंगळ व गुरू यांच्यामधे बरेच जास्त अंतर आहे. तिथे आहे अ‍ॅस्टेरॉइड बेल्ट. कायपर बेल्ट आहे सर्वांत बाहेर, म्हणजे नेपच्यूनच्या कक्षेबाहेर– प्लुटोच्याही पलीकडे. आणि हे सारे एकाच पातळीत (plane). या साऱ्या कक्षा सूर्याच्या विषुववृत्ताच्या पातळीत आहेत. त्या कागदाची जेवढी जाडी आहे, त्याबाहेर

कोणत्याही गोलाची कक्षा नाही– अगदी प्लुटोचीसुद्धा. रेसच्या मोटारी फिरतात तसे हे सारे गरागरा फिरत आहेत सूर्याभोवती. हे चित्र डोळ्यांपुढे आलं? Ok. मग आता या सगळ्या पसाऱ्याच्या बाहेर, खूप-खूप बाहेर– सर्व बाजूंनी वेढून गोल-गोल फिरणारं एक मधमाश्यांचं मोहोळ आहे, अशी कल्पना कर. ते मोहोळ म्हणजे ऊर्ट क्लाउड आणि त्या मोहोळातली प्रत्येक मधमाशी म्हणजे तो बर्फाचा गोळा ऊर्फ भावी धूमकेतू.

वा! म्हणजे अगदी मधमाशीप्रमाणेच सूर्याला डंख मारायला धावतात ना ते? पण कसे? नेपच्यून तर फार दूरवर राहिला!

हं, धावून येतात मधमाशीसारखे; पण सूर्याजवळ पोचल्यावर पतंगासारखे जळून जातात किंवा कापरासारखे उडून जातात– हे अधिक योग्य वर्णन होईल. पण ते तिथे काय करतायत आणि त्यांतले काहीच गोळे आतल्या सूर्यप्रणालीत (inner solar system) का येतात, यासंबंधी थिअरी पेश केली ऊर्टने (Jan Hendrik Oort). त्याने असा प्रस्ताव मांडला की– सूर्य आणि ग्रह निर्माण होत असताना तयार झालेला कचरा (debris) हे गुरू, शनी आदी महाकाय बाह्य ग्रहांच्या गुरुत्वाकर्षणामुळे दूरवर फेकले जाऊन सूर्यप्रणालीच्या सुदूर प्रदेशात (Outer reaches) जमा होऊन फिरत राहिलेत. सूर्याचे आकर्षण कितीही दुर्बल असले, तरी त्याहून बलवान अशी दुसरी शक्ती नसल्यामुळे. अधूनमधून, म्हणजे दहा हजार किंवा लक्ष वर्षांतून एकदा जवळून जाणारा एखादा तारा, नाही तर आकाशगंगेत झालेला एखादा सुपरनोव्हाचा धक्का बसून एखाद्या गोळ्याची कक्षा थोडी बदलून तो आतल्या सूर्यप्रणालीकडे प्रवास सुरू करतो.

हॅऽऽ हे काही पटत नाही बुवा.

अरे, अजून तरी ही नुसती थिअरी आहे. हा प्रदेश इतका दूर आहे आणि हे गोळे इतके लहान की, त्यांचे प्रत्यक्ष दर्शन शक्यच नाही सध्या तरी. परंतु, जे धूमकेतू सूर्याजवळ पोहोचून दृश्यमान होतात, त्यांच्या भ्रमणमार्गाचा अभ्यास करून असा निष्कर्ष निघतो की– हे दूर अंतराहून आलेले प्रवासी आहेत. आपल्या लोकल ॲस्टेरॉइड बेल्टमधून आलेले नाहीत. थिअरी चुकीची निघाली, तर दुसरं काही तरी स्पष्टीकरण शोधावं लागेल. सूर्य जेव्हा जन्मला, तो एका तारकासमूहात (star cluster). तारे सहसा एकटे-दुकटे जन्मत नाहीत, माणसांसारखे. कुत्र्यांची असते तशी पिलावळ जन्मते एकाच वेळेस. तर, या सहोदर ताऱ्यांच्या खेचाखेचीचा परिणाम म्हणजे ऊर्ट क्लाउड– अशीदेखील

एक थिअरी आहे. जे काही सत्य असेल, ते हळूहळू स्पष्ट होत जाईलच.

ठीक आहे. तू म्हणतोस तर जाऊ देतो सध्या. पण परत असं करू नकोस.

तर, असा धूमकेतू– कोणताही धूमकेतू जेव्हा सूर्याच्या फार निकट जातो (त्याच्या लंबवर्तुळाकार कक्षेमुळे); तेव्हा सूर्याच्या उष्णतेने त्या धूमकेतूमध्ये गोठून बसलेल्या वायूंचे फवारे उडायला लागून ते मुक्त होतात. एवढासा पिटुकला तो गोळा– त्याच्यामध्ये काही हे वायू धरून ठेवायची शक्ती नसते. ते वायू मग सौरवाताच्या झोतावर आरूढ होऊन पसार होतात. तीच धूमकेतूची शेंडी, शेपटी किंवा पिसारा.

लागलास का परत फेकायला? म्हणजे थिअऱ्या रे! 'सौरवात' म्हणे! उद्या सांगशील– त्याला 'वास' असतो म्हणून. काय?

नाही बुवा, मी फेकत नाहीये. खरोखरच सौरवात (Solar Winds) असतात आणि मंद-शीतल वगैरे नसून चांगले झंझावाती असतात. सूर्य ही एक अतिप्रचंड अणुभट्टी आहे, हे तर मान्य आहे? त्या भट्टीतून दर क्षणी अब्जावधी इलेक्ट्रॉन्स् आणि प्रोटॉन्स् बाहेर फेकले जात असतात. सूर्याच्या तबकडीभोवती जे तेजोवलय (corona) खग्रास ग्रहणाच्या वेळी दिसते, तिथले तापमान लक्षावधी डिग्री सेल्सिअस असते. तिथे बागडणाऱ्या या अणुभागांना प्रचंड ऊर्जा मिळून त्यांपैकी काही सूर्याच्या गुरुत्वाकर्षणाच्या कचाट्यातून मुक्त होतात आणि अतिवेगाने दाही दिशांनी वाहत राहतात. हे असं अखंड चालू आहे– सूर्योत्पत्तीपासून. सर्वसाधारणपणे दर तासाला चारशे कोटी टन एवढ्या वजनाचे हे अणुभाग सूर्य उधळीत असतो. आणि ही उधारीची उधळपट्टी नाही, खिशातली चिल्लर आहे सूर्याजीरावांच्या. 'कोटी कोटी किरण तुझे अनलशरा उधळिती... दाहक परि संजीवक तरुणरून किरणप्रभा...' क्या बात है!

खरंच, हे कविलोक गाणी अशी लिहितात ना एकेकदा! पण तू आता एक गोंधळ करून ठेवलास.

काय केलं बुवा मी?

हे गाणं डोक्यात घुसवून दिलंस. आता ते ऐकल्याशिवाय जिवाला चैन पडणार नाही. आता यापुढे तू काहीही सांगितलंस, तरी ते डोक्यात शिरणार नाही.

हो रे– तुला नाही आणि मलाही नाही. आजचा क्लास संपला. पण... पण जाता-जाता हा एक विचार आला मनात तो ऐक. तू म्हणालास ना, सौरवाताला 'वास' असेल का? अवकाशात आवाज नसतो तसा वासही. पण तरीही वास

येईल असं मानलं क्षणभर, तर सौरवाताचा वास जळका असेल; नाही का? खूप तापलेल्या इस्त्रीचा येतो तसा? पण मग मिथेन आणि अमोनियायुक्त अशा त्या लक्षावधी किलोमीटर पसरलेल्या धूमकेतूच्या शेपटीचा वास कसा असेल?

धन्यवाद मित्रा.

यू. आर वेलकम. क्लास डिस्मिस.

काय रे, इकडे कुठे?

म्हणजे काय? मी इथे नेहमीच येतो चहासाठी. पण तू इथे कसा या वेळी?

अरे, एक काम होत नव्हतं बरेच दिवस. नुसती उडवाउडवीची उत्तरं देत होते ते लोक. शेवटी काही ध्यानी-मनी नसताना उठलो आणि जाऊन बसलो त्यांच्या बोडक्यावर धूमकेतूसारखा.

मग?

मग काय– हबेलंडी उडाली त्यांची– काम झालं झटक्यात! चहाची तलफ आली, म्हणून आलो इथे... तर, समोर तू! घाईत आहेस का? चल, चहा पाजतो तुला.

नाही, आत्ता या क्षणी निवांत आहे. चल, चहा घेऊ. मात्र थोड्या वेळाने मला निघावं लागेल. टेलिस्कोप जोडायचा आहे.

चहा बरा आहे रे इथला.

हं. तर, गेल्या वेळी आपण काय बोलत होतो?

धूमकेतूच्या शेपटीला सुवास...

हीऽ हीऽ हीऽ खरंच की! सौरवात असतात, यावर विश्वास ठेवायला तू तयार नव्हतास.

नव्हतास नव्हे, अजूनही नाही. मी आजच आमच्या वैद्यांशी बोललो. ते म्हणाले– सूर्य उष्ण, म्हणजे पित्त प्रकृतीचा असणार; त्याला वात कसा होईल? काही तरीच काय?

फालतूपणा करू नको रे उगीच. पुढे ऐक.

बरं, गुरुजी.

तुला उत्तर-उषा माहिती आहे ना?

हे बघ, मला एक सोडून चांगल्या तीन उषा माहिती आहेत. पण ही उत्तर

उषा नाही बुवा लक्षात येत.

अरे, अरोरा बोरिअलीस? अरोरा?

हां. म्हणजे, बोरिवलीची उषा अरोरा ना? हो– हो, आठवली. ती हिरव्या नाही तर लाल साडीत असते, तीच ना?

नाही रे, मी आकाशातल्या अरोराबद्दल बोलतोय. हिरवी-लाल साडी कुठून आली मधेच? ओऽ ओऽह! हिरवी किंवा लाल साडीऽ म्हणजे अरोराचे रंग असतात, त्याबद्दल बोलतोयस. पाहता-पाहता फिरकी घेतलीस की?

मग लेको, फालतूपणा काय फक्त तुम्हीच करायचा का?

मान्य, एकदम मान्य! तर हे अरोरा (उषा) कशामुळे निर्माण होतात, ते सांग पाहू?

सौरवातामुळे?

बरोबर. शंभरपैकी शंभर मार्क. सौरवातामधले प्रोटॉन्स आणि इलेक्ट्रॉन्स पृथ्वीच्या वातावरणातल्या प्राणवायूच्या रेणूंवर आदळले की, हिरवा किंवा लाल प्रकाश उत्पन्न होतो. उनकोच अरोरा करके बोलताय.

अरारारारा! हिंदीचा मुडदा पडला की इथे. वोके. अब्बी हमकू पट्या की धूमकेतूकी पूंछसे सौरवात का रिश्ता है. आगे बोलो. पण एक सांग– उषा म्हणजे अरोरा हे समजलं; पण उत्तर-उषा का?

कारण दक्षिण-उषा पण असते म्हणून. उत्तर ध्रुवावर होते, म्हणून उत्तर-उषा. पण हा अरोरासारखाच प्रकार धूमकेतूवरदेखील घडतो आणि त्याला अजून एक शेपटी फुटते. ही शेपटी निळ्या रंगाची असते. सौरवातामुळे धूमकेतूच्या वातावरणातील वायूंचे आयोनायझेशन होते आणि प्रज्वलित वायूचा हा निळसर रंगाचा झोत जेट इंजिनाच्या ज्योतीप्रमाणे सूर्याच्या बरोबर विरुद्ध दिशेने सरळ जात राहतो. पांढरी शेपटी मात्र जड धूलिकणांची बनलेली असल्याने इंजिनातून आलेल्या धुरासारखी ती आलेल्या मार्गावर रेंगाळते आणि तिला थोडा बाक आलेला दिसतो. सूर्यप्रकाश परावर्तित करून पांढरी शेपटी लखलखते. निळी शेपटी मात्र स्वयंप्रकाशित असली, तरी तितकीशी तेजस्वी नसते.

धूमकेतू एक, शेपट्या अनेक?

अनेक म्हणजे, दोन. पण अजून गंमत आहे. धूमकेतू हा एवढासा असतो, जेमतेम दहा किलोमीटर– फार तर पन्नास किलोमीटर व्यासाचा; पण सूर्याजवळ जसजसा तो येत राहतो तसतसे त्यातल्या बर्फाळ वायूंचे बाष्पीभवन होऊन त्याच्या केंद्राभोवती (nucleus) त्यांचा एक धूसर ढगळ असा कोष (coma)

निर्माण होतो. हा कोष कधी कधी एक दशलक्ष किलोमीटर एवढा मोठा असू शकतो. म्हणजे पृथ्वीपेक्षा– छे, सूर्यापेक्षाही मोठा.

धूमकेतू छोटा, कोष त्याचा मोठ्ठा!

आणि धूलिकणांची बनलेली ती शेपटी– सूर्य ते पृथ्वी ह्या अंतराहूनही ती मोठी असू शकते.

धूमकेतू लहान, शेपटी महान!

एऽ परत टिवल्याबावल्या सुरू झाल्या तुझ्या? कंटाळलास काय?

कंटाळलो नाही, पण हे सगळंच अतर्क्य वाटतंय. एवढासा धूमकेतू आणि ही अशी उधळपट्टी चाललेली... संपून कसा जात नाही?

जातो ना, अगदी जातो. धूमकेतू अल्पायुषीच असतात. प्रत्येक फेरीत साठवलेला वायुरूपी खजिना थोडा-थोडा संपत जातो आणि लवकरच, म्हणजे काही हजार वर्षांनंतर मागे उरतात दगड नि माती. मग एक निस्तेज गोळा नुसता फिरत राहतो करिअर संपलेल्या सुपरस्टारसारखा. चल, निघू या. टेलिस्कोप जोडला पाहिजे; नाही तर पॅनस्टार्सचे दर्शन हुकायचे.

हो, चल. पण काय रे, हा गडी क्षितिजाला एवढा खेटून कशाला बसलाय? जरा उंच आकाशात दिसला, तर तेवढंच सोपं नसतं का झालं?

हा धूमकेतू छोटा आहे, त्यामुळे सूर्याच्या अगदी जवळ आल्याखेरीज पुरेसा उजळत नाही. सूर्यापासून दूर गेला की दिसणारच नाही. म्हणून सूर्यास्तानंतरच, म्हणजे सूर्य आकाशात नसतानाच, अगदी थोडा वेळ बघायला मिळाला तर मिळणार.

पण भाकीत तर केलं होतं– खूप तेजस्वी होणार, दिवसासुद्धा दिसणार, असं.

धूमकेतूबद्दलची भाकितं बऱ्याचदा चुकीची ठरतात, कारण त्याची घडण कशी आहे त्यावर त्याचं तेज आणि काही अंशी त्याचा भ्रमणमार्गसुद्धा अवलंबून असतो. म्हणजे त्यातला गोठलेल्या वायूंचा भाग किती आहे, तो धुळीने झाकला गेला आहे का– यावर त्याचं बाष्पीभवन किती प्रमाणात आणि किती झपाट्याने होणार, ते ठरतं. आणि त्यामुळे तेजस्वितेबद्दलची भाकितं चुकतात.

अस्सं. आणि त्याच्या कक्षेबद्दल काय म्हणत होतास?

हो, तीही एक गंमतच आहे. धूमकेतू जसा सूर्याजवळ येत जातो तसे हे गोठलेले वायू असतात ते फवाऱ्यासारखे अचानक मुक्त होतात. त्याचा परिणाम एखाद्या रॉकेट इंजिनासारखा होतो आणि न्यूटनच्या दुसऱ्या नियमानुसार धूमकेतूच्या

गतीवर व दिशेवर त्याचा प्रभाव पडतो.

आणि तरीही ते परत-परत येत राहतात?

ज्यांची कक्षा फार मोठ्या प्रमाणात बदलत नाही, ते येतात. हॅलेचा कॉमेट पाहा ना, साधारणपणे दर पंचाहत्तर ते शहात्तर वर्षांनी येतो. असं गुरू किंवा शनीच्या बाबतीत होत नाही. त्यांचा फेरा बारा आणि तीस वर्षांचाच असणार.

हो की! नाही तर कोणाकोणाची महादशा, नाही तर साडेसाती लांबायची; म्हणजे पंचाईत. हॅले म्हणजे एडमंड हॅलेच ना– धूमकेतूचा शोध लावणारा.

हो, तोच तो. खरं सांगायचं म्हणजे, त्या धूमकेतूचा 'शोध' त्याने नाही लावला आणि धूमकेतूचा शोध एवढंच त्याचं कर्तृत्व नव्हतं.

उदाहरणार्थ?

उदाहरणार्थ– न्यूटनच्या मागे लागून गुरुत्वाकर्षणाचे नियम मांडणारा 'प्रिन्सिपिया' (principia mathematica) हा ग्रंथ त्याने लिहून घेतला आणि स्वखर्चाने प्रसिद्ध केला. दक्षिण गोलार्धातील तारकांचा, आकाशाचा पहिला नकाशा त्याने स्वत: वेध घेऊन तयार केला. 'शुक्राचा सूर्यबिंबावरून होणाऱ्या परिग्रहणाचा (transit of venus) बारकाईने व अचूक वेध घेतला, तर शुक्राचे पृथ्वीपासूनचे अंतर मोजता येईल आणि एकदा ते अंतर सिद्ध केले की, केपलरच्या नियमाच्या आधारे सूर्यमालेतील इतर सर्व अंतरे ठरविता येतील– तरी हा प्रकल्प तुम्ही हातात घ्या... मी तेव्हा नसेन', असे प्रतिपादन करणारे एक निवेदन त्याने जगातल्या (म्हणजे युरोपमधल्या) शास्त्रज्ञांना केले. हे सारे घडत होते सतराव्या शतकात, म्हणजे शिवाजीमहाराज जेव्हा औरंगजेबाच्या मोगली सत्तेविरुद्ध लढा देत होते, तेव्हा.

मस्त! पण मग धूमकेतूला त्याचं नाव का दिलं?

त्याने सुमारे चोवीस धूमकेतूंचा अभ्यास करून त्यांच्या कक्षा लंबवर्तुळाकार असतात, असा निष्कर्ष काढला. त्याचाच एक भाग म्हणजे सन १४५६, १५३१, १६०७ आणि १६८२ मध्ये दृश्यमान झालेले धूमकेतू हा एकच आहे (७५-७६ वर्षांचा भ्रमणकाळ असलेला), हे त्याने सिद्ध केले आणि तो पुन्हा १७५८ मध्ये पुन्हा दर्शन देईल, असे भाकीतही केले. ते अर्थातच खरे ठरले. त्यानंतर त्या धूमकेतूला त्याचे नाव पडणे साहजिक आणि योग्यच होते.

पुढे काय झालं त्याचं?

त्याचं म्हणजे धूमकेतूचं की हॅलेच? हॅले दीर्घायुषी होता. चांगला पंचाऐंशी वर्षांचं आयुष्य जगून तो १७४२ मध्ये निवर्तला. धूमकेतू म्हणशील, तर तो

फार पूर्वीपासून आपलं 'अशुभ' दर्शन देत आला आहे आणि अजूनही येत असतो. हॅलेचा धूमकेतू मानवजातीला पुराणकाळापासून माहिती आहे– निदान दोन हजार वर्षांपासून, किंबहुना त्याही आधीपासूनच्या नोंदी आहेत चीन, ग्रीस आणि बॅबिलॉनमधल्या.

आणि आपल्या प्रिय मातृभूमीचं काय? तिथे कोणीच काही पाहिलं नाही इतक्या वर्षांत?

आहेत ना, अनेक उल्लेख आहेत. धूमकेतूचे नुसते उल्लेखच आहेत, असं नाही; खूप कुतूहलजनक माहितीदेखील आहे. कंसवधाच्या वेळी आकाशात धूमकेतू असल्याचा उल्लेख आहे. महाभारत युद्धाच्या प्रसंगी धूमकेतू असल्याचे व्यासांनी लिहिले आहे. अडचण अशी की– या घटनांची काळ-वेळ निश्चितपणे सांगता येत नाही, ऐतिहासिक पुरावे नसल्याने.

पुरावा आणखी काय हवा? व्यासांनी लिहिलं आहे ना महाभारतात?

हां... हा अगदी नाजूक आणि अवघड विषय काढलास. हे बघ, अगदी थोडक्यात सांगून लवकरात लवकर इथून सुटायचा प्रयत्न करतो. मुळात महाभारत युद्ध केव्हा घडले, याविषयी प्रचंड मतभेद आहेत. इसवी सनापूर्वी ८०० वर्षे ते इसवी सनापूर्वी १८०० वर्षे किंवा त्याही पूर्वी अशा तारखा दिल्या जातात. महाभारत हा ग्रंथ चोवीस हजार श्लोकांचा होता. त्यांत भर पडून आता श्लोकसंख्या शंभर हजार इतकी आहे. महाभारताची जुन्यात जुनी संस्कृत प्रत इसवी सनपूर्व दुसऱ्या शतकातली आहे. या सगळ्यातून निश्चित काही सांगणे अवघड, ही अडचण.

अस्सं! पण दुसरीकडे तरी काय पुरावा आहे?

उदाहरणार्थ– बॅबिलॉनमध्ये इसपू दुसऱ्या शतकातली हॅलेच्या धूमकेतूची नोंद आहे. ती एका शिलालेखाच्या स्वरूपात ब्रिटिश म्युझियममध्ये पाहायला मिळते. असे पुरावे अजून आपल्याकडे मिळालेले नाहीत. पण इतर काही ग्रंथांमधली माहिती पाहिली, तर धूमकेतूंचा शास्त्रोक्त पद्धतीने अभ्यास आपल्याकडे केला गेलेला होता याची खात्री पटते. बाकी काही नसले, तरी वेगवेगळ्या धूमकेतूंची वर्णनात्मक नावे वाचतानासुद्धा काव्यमय वाटतात. किंबहुना, धूमकेतू किंवा धूम्रकेतू हेदेखील एका विशिष्ट धूमकेतूला दिलेलं नाव होतं. इतर काही नावं पाहा– अंगारक, कबंध, वैडुर्यमणी, कनकप्रभा, विक्रांत, धूमध्वज, धूमशिखा, मयूर, श्वेत, जलद, जलकेतू, जाज्वल्य, विद्युत, दिप्त...

खरंच रे, नुसती नावं वाचूनच धूमकेतू कसा असेल याचा अंदाज येतो.

वराहमिहिराने लिहिलेली बृहत्संहिता, बृहत्बाहूची संहिता; तसेच गर्ग, पराशर आणि नारदमुनींनी लिहिलेल्या संहितांमध्ये धूमकेतूंविषयी माहिती आढळते. बृहत्संहितेत म्हटलं आहे की, ग्रहांप्रमाणे धूमकेतूचे आगमन आणि निर्गमनाचे गणित मांडता येत नाही. पण त्याचबरोबर कालकेतूबद्दल 'तो पश्चिमेकडून येऊन उत्तरेकडे सप्तर्षीपर्यंत जाऊन परत फिरतो आणि दक्षिणेकडे जाऊन अदृश्य होतो', असं म्हटलं आहे. त्यावरून धूमकेतू परत-परत येतात याची कल्पना असावी, असं दिसतं. नारदाने म्हटलं आहे की– 'असा एकच केतू आहे जो पुन:पुन्हा येत असतो.'

म्हणजे ते हॅलेच्या धूमकेतूबद्दल बोलतायत का?

कोणास ठाऊक! हॅलेचा हा एकच शॉर्ट पीरियड कॉमेट आहे, जो नुसत्या डोळ्यांनी दिसू शकतो. म्हटलं ना, हा खूप कुतूहल चाळवणारा विषय आहे.

मग तो हॅलिकेतू आम्हाला कधी दिसणार?

तो १९१० मध्ये आला होता. त्या वेळी तो चांगलाच तेजस्वी दिसला होता आणि तोपर्यंत छायाचित्रणाचे तंत्र विकसित झालेले होते. तेव्हा काढलेले सुरेख छायाचित्र उपलब्ध आहे.

अरेच्चा! म्हणजे मग तो १९८६ मध्ये यायला हवा होता?

आला होता ना. पण त्या वेळी तो सूर्याजवळ पोहोचला तेव्हा त्याचे स्थान पृथ्वीवरून– विशेषत: उत्तर गोलार्धावरून– पाहण्यासाठी अगदी अयोग्य असे होते. शिवाय, एव्हाना जग किती बदलले होते. दोन महायुद्धे, भारताचे स्वातंत्र्य, अणुबाँब, विमाने, टेलिव्हिजन, रॉकेट्स, प्रकाशप्रदूषण (light polution)... परिणामी, फार थोड्या लोकांनी त्याच्या दर्शनाचा लाभ घेतला. मात्र या वेळी अमेरिका, रशिया, युरोप आणि जपान यांनी आपापली अवकाशयाने पाठवून या धूमकेतूचा सखोल अभ्यास केला. अनेक छायाचित्रे काढली. त्यातून 'डर्टी आईसबॉल' थिअरी बरोबर असल्याचा निष्कर्ष निघाला.

चला, म्हणजे धूमकेतूविषयी अज्ञात असं आता काही राहिलं नाही, असं म्हणायला हरकत नाही.

अरे, अजून अनेक रहस्ये भेदायची राहिली आहेत. पृथ्वीवर पाणी आहे ते सुमारे ३.८ बिलियन (3.8 billion) वर्षांपूर्वी झालेल्या धूमकेतूंच्या वर्षावामुळे (late heavy bombardment), अशी एक थिअरी आहे. पृथ्वीवर सजीवसृष्टी निर्माण होण्यासाठी आवश्यक अशी ॲमिनो ॲसिड्स इथे आली, तीही धूमकेतूवर स्वार होऊन, अशी दुसरी थिअरी आहे. थोडक्यात सांगायचं तर– 'धूमकेतू

मृत्युघंटा की जीवनदाता' हा प्रश्न अजून सुटायचाच आहे.

कदाचित मृत्युघंटा आणि जीवनदाता– असं उत्तर असेल. आता पुन्हा तो येईल २०६१ मध्ये तेव्हा समजेल. नाही का?

तेव्हा मी तर नसेन. तू पाहिलास, तर त्याला माझा नमस्कार सांग. आता मात्र या टेलिस्कोपला डोळा भिडवून पॅनस्टार्सचं दर्शन घे. काही मिनिटांतच तो क्षितिजापार होऊन त्याच्या घराकडे भ्रमन्ती चालू ठेवेल आणि आपण आपल्या. ∎

भित्रा कोल्हा

भल्या सकाळी कधी नव्हेतो
मी पळायला निघालो होतो
सप्टेंबरमधली सकाळ रविवारची
आठ वाजले तरी पहाटच म्हणायची!
हवा होती छान गार गार
अंथरूण सोडवेना, पण झालो तयार
बाहेर पडलो, छाती भरून घेतला श्वास
घड्याळाकडे पाहिलं, केली सुरुवात पळण्यास
लौकरच सडक सोडून
पायवाटेस लागलो...
डांबरी रस्ता, घरं, गाड्या सोडून
रानामध्ये शिरलो

उंच उंच झाडांची सळसळ
मंद मंद ओढ्याची खळखळ
माझ्या पावलांखालच्या पाचोळ्याची चुरचुर
कपाळावरून ओघळणारी घामाची धार...
मधूनच येणारी वाऱ्याची झुळूक
घाम वाळवून गार गार करणारी
रंगीबेरंगी पानांचा सडा घालणारी...
माझ्या पुढे पुढे उडणाऱ्या
रॉबिन आणि कार्डिनल पक्ष्यांचे चीत्कार

वरून अकस्मात टपकणारे वॉलनट किंवा एकॉर्न
मस्त ताल जमला होता धडधडणाऱ्या हृदयाचा!

...आणि त्याच वळणावर तो मला दिसला–
आधी तर मला कुत्राच वाटला,
पण जाणवलं की चाल वेगळी आहे, मिजास वेगळी आहे...
अंगाने नाजूक, निमुळते तोंड
भुऱ्या रंगाची पाठ, झुबकेदार शेपूट
पांढरं पोट, त्रिकोणी ताठ कान
सावध चपळ अनुभवी
कोल्हा!
लहानपणापासून ज्याच्याबद्दल ऐकत आलो,
तोच हा लबाड कोल्हा?
लबाड नाही वाटला मला तो,
उलट जबाबदारीचे ओझे असलेला पण
कणखरपणे येईल त्या प्रसंगाला तोंड द्यायला सज्ज असा
भासला!
मी जिकडे जात होतो, त्याच दिशेने तोही निघाला होता
संथपणे झाडाझुडपांतून, ओढ्याच्या काठाकाठाने...
तो थांबला.
मागे वळून माझ्याकडे रोखून पाहू लागला
मी खुश. क्षणभरच.
लगोलग मनातला भित्रा सैतान जागा झाला...
रेबीज झालेला कोल्हा लोकांना चावला,
असं कोणीसं कालच म्हणत होतं ना?

की ते गेल्या वर्षी?
आणि ते इथे जवळपास की जगाच्या दुसऱ्या टोकाला?

मी एक डोळा त्याच्यावर ठेवून दगड, काठी शोधू लागलो.
हळूहळू मागे सरकू लागलो
हा कोल्हा आहे की कोल्ही?
तिची पिले जवळपास असली तर
ती चवताळून हल्ला करेल कदाचित–
मग काय करायचे? कशाला आलो इथे रानात?

मी जसा अंदाज घेत होतो
तसा कोल्हाही घेत असणार...
माझे विचार माझ्या ताब्यात येईपर्यंत
तो आपल्या मार्गाने चालू लागला होता
मी भानावर आलो तेव्हा त्याची झुबकेदार शेपूट झुडपात
अदृश्य होताना मला दिसली...
मी तिथेच थिजलेला, घामाने भिजलेला–
जायचे पुढे की घ्यायचा काढता पाय?
दिसणाऱ्या कोल्ह्यापेक्षा
अदृश्य कोल्हा अधिक भीतीदायक वाटत होता!
पुढे गेलो तर कदाचित पुन्हा गाठ पडेल–
आनंदही, भीतीही.
नाही गेलो तर भित्रा ठरेन–
पण बेटर सेफ दॅन सॉरी– नाही का?
हिय्या करून मनाचा, पुढे गेलो तर खरा...

पण मन बिथरलेलंच होतं,
कोल्हा मात्र बिचारा परत नाही भेटला.

मधे खूप दिवस गेले, महिने कदाचित.
कोल्ह्याला विसरून गेलो होतो केव्हाच,
काल संध्याकाळी येत होतो घरी,
तर रस्त्यात एक प्राणी मरून पडलेला,
गाडीखाली चेंगरलेला कोणाच्यातरी...
असे बरेच पडलेले असतात–
बदकं, रॅकून, मांजर, क्वचित कुत्रा किंवा हरीण
खारी तर असंख्य...
पण इथे काही वेगळंच वाटलं म्हणून निरखलं–
भुरा पांढरा रंग, झुबकेदार शेपूट
कोल्हा होता का? माझा, मला भेटलेला कोल्हा?
त्याच्या आठवणीने मला भडभडून का यावं?
मी मनोमन त्याला निरोप दिला आणि
तिकडे झेपावणाऱ्या कावळ्याला शिवी हासडीत
कचूकन ब्रेक लावला!

■

वसंत ऋतूची पहाट

पहाटेस धुक्यातून धूसर आभास
गूढ काळ्या ढगातून प्रकटे प्रकाश

पराभूत अंधाराचा तुटता पंजर
उल्हसित खग जग घेती पंखावर

झाड एक एकटेच नाचते नटून
फुलवून फुले करी मयूर नर्तन

झुळूमुळू झुळूमुळू कुरणे डोलती
मोतीयाच्या नव्हाळीचे दवबिंदू होती

रवितेज झाले आज चांदणे शीतल
अलौकिक लोकी येता सुख अनमोल

शरद ऋतूची संध्याकाळ

थरथरली हिरवी पाती झुरमुरल्या कुरणावरती
डोलली फुले सोनेरी, भेटली नभाला धरती

हा वारा गुंजत आला, घेऊन दूरच्या मेघा
गवतावर गिरवित गेला, आपसूक सुखाच्या रेघा!

रानात वाट घनदाट, चालली चुरीत पाचोळा
गोजिरे ऊन पानांत, गोंदते केशरी गजला

घुटमळतो गंध फुलांचा, ऐकण्या गीत पाण्याचे
उधळिती रंग सारंग होऊन सूर गाण्याचे!

वाटेस काठ ओढ्याचा, गाठून जिथे ओहरला
ध्यानस्थ त्याच जागेला, प्राचीन तरू मोहरला

गाजती घोष वाऱ्याचे, अभिषेक लक्ष पर्णांचे
पाहण्या शारदा संध्या, थांबले भ्रमण सूर्याचे!

मंजुळ गाणी

उंच सुरूच्या झाडांमधुनी
एक चिमुकला पक्षी गातो मंजुळ गाणी

पक्षी इवला लपून गेला पर्णांमधुनी
शीळ तयाची परी गुंजते दरीदरीतुनी

भल्या सकाळी आनंदे तो गाऊ लागला
गाऊ लागला, गात राहिला, भान विसरला

कुणी सांगावे आता त्याला
कि गाण्याचा तास संपला

निळ्या आकाशी, दूर ढगाशी
दिसू लागली रेघ जराशी
संथ तरंगत रेंगाळत, पण सावध खाशी

पंख फडकले निमिषमात्र अन् सूर झपाटा
गाणे थिजले, पाने गळली, उडे फुफाटा

निळ्या आकाशी, रेघ जराशी विरून गेली
भल्या सकाळी नीरव शांतता फिरून झाली!

दोन पक्षी

एक पक्षी झाडामध्ये लपून गेला,
एक पक्षी वाऱ्यावरती उडून गेला...
वाऱ्यावरती उडून गेला दूरदूर तो,
झाडासाठी अंतरी परी हुरहुरतो!

एक पक्षी वाऱ्यावरती उडून गेला,
एक पक्षी झाडामध्ये लपून गेला...
झाडामध्ये लपून गेला मनापासूनी
आकाशाची आस झाकली पंख मिटूनी!

आकाशीचा पक्षी होतो व्याकुळवेडा,
फिरत राहतो आठवणीच्या शोधित झाडा...
झाडामध्ये गुरफटलेला वंचित पक्षी
साद घालतो आभाळाला वरचे वरती!

पन्नास गेले

आज पहाटे अचानक दचकून जाग आली
सताड उघड्या डोळ्यांची छताशी नजरानजर झाली
गजर वाजला का?
नाही...
घड्याळाच्या डोळ्यांवरची झोप अजून उतरलीय कुठे?

फोन वाजला का?
नाही...
तोही मस्त पेंगतोय तिथे!

कानांनी चाहूल घेतली–
सारं कसं शांत शांत
घराचं करकरणं नाही
कुत्र्याचं भुंकणं नाही
वाऱ्याचं सळसळणं नाही
ढगांचं गडगडणं नाही
चंद्राचं चांदणं नाही
येणाऱ्या जाणाऱ्या गाडीचा दिवा चमकत नाही

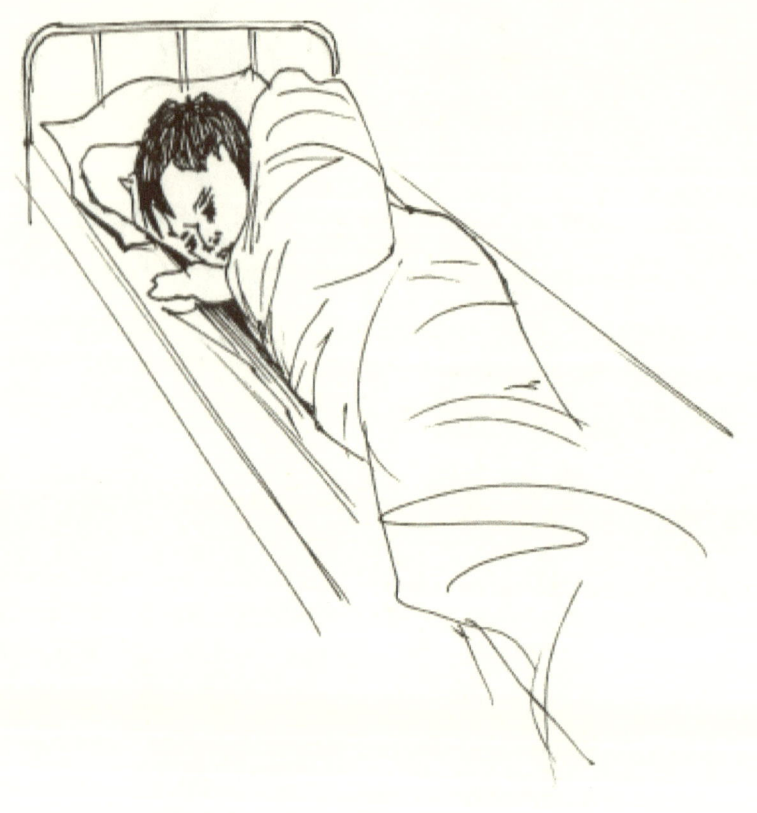

विमानाची गुरगुर नाही
एअर कंडिशनरची घरघर नाही...

नीरव शांतता
घट्ट अं धा र
आपण आहोत ना?
चाचपून पाहिलं–
हृदय धडधडतंय,
नाडी तर लागतेय–
मग जाग का आली?

चिंता
काळजी
घाम घाम... राम राम
रामराम?!

त्या क्षणी आठवले की–
किती छान झोप लागलीय आपल्याला,
या विचाराने जाग आली!

मग कूस बदलून मी परत झोपून गेलो.

नऊ मिनिटांची झोप

नेपोलियनला दोन मिनिटांची पुरायची.

कुंभकर्णाला सहा महिने अपुरे पडायचे.

मूर्खाला दिवसा झोपणं आवश्यक (असं समर्थ रामदासांनीच सांगून ठेवलंय).

आणि 'संयमी' नावाचा कोणीएक बिचारा रात्रभर जागाच असतो, असं म्हणतात.

बाजीराव (पहिला) घोड्यावर बसून झोप घ्यायचा; आम्हाला मात्र 'घोड्या, बसल्या जागी झोपतोस काय सारखा बाजीरावासारखा (दुसरा)?' हे मातोश्रींकडून ऐकून घ्यावं लागायचं. ते दिवस गेले.

'रेड्यासारखा रात्र-रात्र घोरत असतोस? गाढवा, ऊठ. लोळतोयस काय डुकरासारखा?' हे पिताजींखेरीज दुसरं कोण बोलणार? ऐकून घ्यावं लागायचं. 'रोनाल्ड रेगन तर भर मीटिंगमधे झोपतो; मग आम्ही रात्रीसुद्धा झोपायचं नाही का? आणि तुम्ही पूजा करताना डोळे मिटून बसता तासभर, तेव्हा घोरल्याचे आवाज काय मी काढतो का?' असलं सॉलिड बिनतोड उत्तर आवंढ्याबरोबरच गिळून टाकावं लागायचं. तेही दिवस गेले.

तेव्हा काय झोपायचो मी! आठवणीनेसुद्धा अंगावर काटा येतो. एकदा आमचे आई-वडील दत्तदर्शनाला निघाले. दर गुरुवारी दत्ताला जायचं, असा त्यांचा नेम होता. ते दिवस असे होते की, लागोपाठ दोन-तीन किंवा पाच-सहा वर्षेही असेल, अनावृष्टी होऊन पाण्याची बोंब झालेली होती आणि धरणातला साठा कमी झाल्यामुळे वीजकपात व रविवारऐवजी गुरुवारी सुटी, हा प्रकार नुकताच सुरू झालेला होता. (या सगळ्याचा या गोष्टीशी तसा काही संबंध नाही. आपलं आठवलं, म्हणून सांगितलं.)

तर, त्या दिवशीदेखील गुरुवार होता, परंतु काही ना काही कारणाने दत्तदर्शन राहून गेले. रात्रीची जेवणे झाल्यावर वडिलांना एकदम आठवले आणि मंदिर बंद होण्याच्या आधी पोहोचलेच पाहिजे, म्हणून त्यांनी घाई सुरू केली.

माझं जेवण सावकाशच असायचं नेहमी. त्याचा या वेळेस फायदा झाला आणि मी त्या पळापळीतून सुटलो. धाकट्या भावाचा चटपटीतपणा त्याला नडला आणि चडफडत-जळफळत तो बिचारा त्यांच्याबरोबर गेला.

"पटपट जेवून घे. ताट-वाटी आवरून ठेव, भाताच्या आणि भाजीच्या भांड्यांवर झाकण ठेवायला विसरू नकोस; पाली पडतात. खरकटं सांडू नकोस; मुंग्या होतात. खिडकी बंद करून घे नीट; नाही तर मेलं मांजर येऊन दूध पिऊन जाईल..." आईच्या सूचनांना अंत नव्हता, पण तेवढ्यात वडील खेकसले, "तुझं आता बास कर. बघ, आधी उशीर होतोय, नाही तर..."

असं म्हणून त्यांची सरबत्ती सुरू झाली– "दार लावून घे पक्कं. खालची, वरची, मधली– सगळ्या कड्या लावून घे. काय? शुंभासारखी मान हलवू नकोस नुसती. कोणाला दार उघडू नकोस; कोणी काही म्हटलं तरी– सांगून ठेवतोय. जर का घरातून बाहेर पडलेला कळलास, तर तंगडी मोडून ठेवतो बघ तुझी..."

"अहो, अहोऽ किती ओरडताय त्याला आधीच? काही केलंय का त्यानी? चला– चला, उशीर होतोय..." आईने मधे पडून माझी सुटका केली.

"मग काय, काही करेपर्यंत थांबू काय मी? हे तुझं कार्टं काय गुणाचं आहे, ते चांगलं ठाऊक आहे मला!" असा जाता-जाता शेवटचा टोला हाणून ते एकदाचे निघाले.

त्यांनी सांगितल्याप्रमाणे दाराच्या सगळ्या कड्या मी नीट लावून घेतल्या. आईने सांगितलेलं सगळं नाही केलं तरी चालणार होतं, पण तरी खिडकी मात्र लावून घेतली. आता निदान तासभर तरी माझंच राज्य असणार होतं. ह्या नवस्वातंत्र्याचा उपभोग कसा घ्यावा, या विचाराने माझं डोकं चक्रावून गेलं. अनेकदा अशा आझादीची स्वप्नं पाहिली होती, नाना बेत केले होते; पण ते स्वप्न असं अनपेक्षितपणे साकार झालं आणि काहीच आठवेना– मनास येईना. रेडिओवर (टीव्ही कुठे होता हो तेव्हा) गाणी ऐकावीत, का पुस्तक वाचावं– अशा अशक्य दोलायमान अवस्थेत मी आपला झोपूनच गेलो.

धावत-पळत भोज्याला शिवून आल्यासारखे दर्शन घेऊन आई-वडील आणि भाऊ परत आले. दार वाजवलं; उत्तर नाही. अजून जोरात वाजवलं, आईने हाक मारली; उत्तर नाही. आता वडील पुढे सरसावले. धाड् धाड् दार वाजवले. मोठमोठ्याने डरकाळ्या– आपलं– हाका मारल्या; उत्तर नाही. "काय करतंय हे पोरगं? नादिष्ट आहे. काही तरी खुडबुड करून, भाजून-कापून तर

घेतलं नाही ना?'' अशा अशुभ शंकांनी आई रडकुंडीला आलेली. वडिलांच्या कपाळावरची शीर ताड् ताड् उडायला लागलेली.

तशातच हाका आणि दाराचा खडखडाट ऐकून शेजारी-पाजारी गोळा होऊ लागले. 'काय झालं? कसं झालं? कधी झालं?' अशा शंभर चौकश्या करून 'काय हो आज-कालची मुलं... पाहा ना...' असे शेरे मारत काही आपापल्या घरी परत गेले, पण तरी उरलेल्या बघ्यांची संख्या लक्षणीय होती. त्यांतल्या मुलांनी दार ठोठावण्याचा आणि हाका मारण्याचा सपाटा लावून 'सार्वजनिक' कार्याचा श्री गणेशा केला. मोठ्या लोकांनी वडिलांना धीर देण्याचा प्रयत्न सुरू केला.

दोन उद्योगी तरुणांनी दाराच्या वरच्या झरोक्यातून मी दिसतोय का, हे पाहण्याचा प्रयत्न चालविला; पण माझे नखदेखील त्यांना दिसले नाही. मग ते नुसतेच हाका मारत राहिले. कोणाला तरी शक्कल सुचली आणि त्यांनी मागच्या बाजूने भिंतीवर चढून स्वयंपाकघराच्या खिडकीतून आत जायचा बेत रचला.

''ती खिडकी उघडीच असते नेहमी तुमची-'' कोणा शेजारणीने आपली कशी बारीक नजर असते सगळीकडे, हे दाखवून दिले. सगळ्यांचे चेहरे आशेने खुलले. पण थोड्याच वेळात बातमी आली की, स्वयंपाकघराची खिडकी बंद आहे; आत जाता येत नाही. ''कार्ट्याला आज नेमकं ऐकायचं होतं अगदी!'' -आईचा सात्त्विक संताप.

''आता काय?''

''फायर ब्रिगेड, नाही तर पोलिसांना बोलवा.''

''अहो, पोलीस कशाला? समोरच्या किल्लीवाल्याला बोलवा, दोन मिनिटांत दार उघडून देईल.''

''पण कुलूप कुठं लावलंय उघडून द्यायला?''

''च्यायला, कुलूप न लावता बाहेर जातात? काय रामराज्य वाटलं का हे?''

''अहो, तुम्ही जागे आहात का? आतून कडी लावलीय, म्हणून हा प्रश्न आला ना?''

''आतून कडी लावून बाहेर कसे गेले बुवा? चमत्कारिकच आहेत ही माणसं!''

शेवटी या सद्गृहस्थांची समजूत घालायचा नाद सर्वांनी सोडला. तेवढ्यात दुसरी बातमी आली की- खिडकीतून एका फटीतून पाहिलं, तर पोराचं नख दिसतंय पायाच्या अंगठ्याचं. मग जरा अजून दार ढकलून, ओढून पाहिल्यावर कपाटासारखं काही तरी आहे त्याच्यामागे... जमिनीवर पसरलेले दोन पाय

दिसतायत, बाकी काही दिसत नाही– अशी दुसरी घोषणा झाली.

ते ऐकल्यावर आईने धीरच सोडला. वडिलांनी घराच्या दाराला खांद्याने तिरीमिरीत असा धक्का दिला की, ते दारच काड्दिशी मोडलं आणि ते आत जाऊन पडले. धडधडत्या हृदयाने धाव घेतली आणि पाहिलं की, गार-गार फरशीवर मी छान घोरतोय! बाजूला हातातून गळालेलं पुस्तकं पडलंय. त्या क्षणी वडलांच्या चिंतेचं रूपांतर प्रचंड संतापात होऊन अणुस्फोटाला लाजवेल असा विस्फोट होऊ घातला होता.

पुढे होऊन, माझ्या बखोटीला धरून त्यांनी मला उभं केलं; तेव्हा मला जाग आली... आणि हे काय चाललंय? ही सारी मंडळी माझ्याकडे पाहत का उभी आहेत? –असे प्रश्न मला पडू घातले. आता मज्जा येणार म्हणून लहान मुलं पुढं सरसावली. पण तेवढ्यात कोणी तरी जाणतं माणूस मधे पडलं आणि माझी चामडी बचावली. ''पोर झोपेत आहे रे बाबा. सुखरूप आहे, यातच सगळं पावलं. झोपू दे त्याला.''

''जा झोपऽ'' असं तुसडेपणाने त्यांनी मला सांगितलं आणि मीही शांतपणे जाऊन झोपलो. सकाळी उठलो, तेव्हा या रात्रीच्या साऱ्या गोंधळाचा मला पत्ताही नव्हता. आईने सगळं एक-एक करून सांगितलं, तेव्हा समजलं. पाच-सात, फार तर दहा मिनिटेच हे चाललं असेल; पण आईला ते युगायुगासारखे वाटले होते. तेव्हापासून मला कधी घरी ठेवलंच, तर बाहेरून कुलून लावून जायला ते कधी विसरले नाहीत. झोप असावी तर अशी– पण ते दिवसही गेले.

आता अशी झोप कुठे लागते? आताशा झोपच कुठे लागते? रेडा आणि डुकरासारखी झोप सोडा, फुलपाखराची (लुनेस्टा) झोपसुद्धा आजकाल येत नाही. रात्र-रात्र डोळ्याला डोळा लागत नाही. कधी कामाच्या ताणाने, कधी उगाचच जागरण झालं म्हणून. कधी उशिराने चहा प्यायला म्हणून, कधी दुसरं काही घेतलं म्हणून, अपचन झालं म्हणून, अतिश्रम झाले म्हणून, दुपारी डुलकी लागली म्हणून, जेवण उशिरा झालं म्हणून, जेवण लवकर झालं म्हणून, जेवण अति झालं म्हणून, भूक लागली म्हणून, उकडतंय म्हणून, थंडी फार आहे म्हणून, सकाळी लवकर उठायचं आहे म्हणून, उशी मनासारखी मानेला आधार देत नाही म्हणून... झोप न लागण्यासाठी हल्ली काहीही कारण पुरतं.

आणि म्हणूनच, माझ्या नऊ मिनिटांच्या झोपेचं मला फार अप्रूप वाटतं. सगळी रात्र झोपेच्या प्रतीक्षेत जाते आणि एकदम गजरच वाजतो! आपण झोपलो तर नव्हतो, तरी जागं व्हायला इतका त्रास का होतोय– हाच एक विचार घेऊन

हात आपसूक 'स्नूझ' बटणावर जातो. आता उठायलाच हवं, असं म्हणून मी कूस बदलतो आणि मग मला अशी मस्त झोप लागते म्हणून सांगू! त्या लहानपणीच्या झोपेसारखीच, अगदी 'काळझोप' म्हणावी अशी. गाढ, निर्मम. शांत. सारी रात्र केलेल्या प्रतीक्षेचं, तपश्चर्येचं ते फळ असतं; ते मी कृतज्ञतेने स्वीकारतो. त्या नऊ मिनिटांच्या झोपेवरच माझा दिवस निभणार असतो. ∎

सुपरमून

एऽ काय पाहतोयस एवढं?

सुपरमून.

अय्या! सुपरमॅन? कुठेय? पाहू...

सुपरमॅन नाही, सुपरमून.

तू सर पाहू... कुठे आहे? मला तर काहीच दिसत नाही.

सुपरमॅन इथे शेजारी उभा आहे आणि सुपरमून तिकडे वर आकाशात. खिडकीतून खाली पाहून काही दिसणार नाही.

आई गंऽऽ किती गोड दिसतोय!

कोण?

चंद्र. छानच दिसतोय आणि केवढा मोठ्ठा! म्हणून त्याला सुपरमून म्हणायचं का?

हो आणि नाही.

झालं का तुझं सुरू?

काय?

मग? हो आणि नाही म्हणजे काय? नक्की सांग ना–

पण आता ते तसं आहे, त्याला मी काय करू?

काही सबबी देऊ नकोस, बरं का? नेहमीचंच आहे हे तुझं. संध्याकाळी जेवणार का म्हणून विचारलं, तेव्हादेखील हेच उत्तर दिलंस– हो आणि नाही.

ट्रिंग... ट्रिंग...

पण त्याचा अर्थ अगदी स्पष्ट नव्हता का? जेवायचं आहे; पण तू केलेलं नाही.

ट्रिंग... ट्रिंग...

अस्सं काय? जेवायला घालते बघ आता तुला.

रिंग... रिंग...

अगं, तसं नाही... अरे बापरे! हा फोन वाजतोय बघ तुझा.

ट्रिंग... ट्रिंग...

माझा नाही, तुझाच वाजतोय.

हो का? हॅलोऽ हॅलो...

काय सुप्परमून पाहिला की नाही?

अरे, तू? वाटलंच होतं मला. हो, आत्ता या क्षणी पाहतो आहे.

केवढा प्रचंड आहे ना?

अरे, तुम्हा लोकांना वेडं लागलीत की काय? चंद्र कधी न पाहिल्यासारखं बोलताय अगदी!

हट् लेका, चंद्र कित्येकदा पाहिलाय. कोजागिरीला आपणच तर एकत्र असतो दर वर्षी.

कोजागिरी नाही रे म्हणायचं– को जा ग री.

काय सांगतोस? का बरं?

तो काय कोजा नावाचा पर्वत आहे का? द्रोणागिरीत...

अं... मला वाटतं, मी आपलं जावं. तुम्हा मित्रांचा चालू दे प्रेमसंवाद...

नाही, नाही. सॉरी, सॉरी.. हे बघ मित्रा, तुझ्या प्रश्नांना बरीच पिल्लं असणार. तेव्हा तू असं का करीत नाहीस? अजून संध्याकाळ जस्ट होतेय. मी शीत पेयांची व्यवस्था करतो. तू एक तासाभरात इकडे ये. सध्या आम्ही चंद्र पाहतो आहोत.

ठरलं?

ठरलं. चल, बाय.

काय गं चालेल ना? आता बोलावून तर बसलो. तुझाच भाऊ आहे म्हणा.

नाही म्हणून उपयोग आहे का काही? आधी ठरवायचं आणि नंतर तोंडदेखलं विचारायचं. लेकिन इस बार माफ किया. कारण मलाही तेच प्रश्न आहेत. पेयाबरोबर काही तरी चमचमीत हवंच असेल?

हवंच असं नाही... पण चालेल नक्कीच. थँक्स हं.

यू आर नॉट वेलकम.

हाऽ हाऽ...

...

डिंग... डाँग...

हं. ये- ये, वाटच पाहत होतो.

तू ते द्रोणागिरीचे काय म्हणत होतास?

अरे, आत घरात तर येशील की नाही पूर्ण? तो द्रोणागिरी काही कुठे पळून जात नाही.

हा पाहा- आलो, बसलो. हा ग्लास उचलला. भज्यांची थाळी हातात घेऊन उभ्या असलेल्या माझ्या बहिणीला 'हॅलो' असं म्हणालो. आभाळातल्या त्या चांदोबालासुद्धा 'हाय' केलं. चांदोबा थोडा रोडावल्यासारखा वाटतोय. आता तरी सांग-

काय सांगू?

द्रोणागिरी...

हो, हो. अरे, ते मी गमतीने म्हटलं.

हा असाच आचरटासारखं बोलतो नेहमी. तू मनावर नको घेऊस.

ताई, अगं मनावर घेतलं असतं, तर इथे आलो असतो का पळत-पळत? मी शाळेत उनाडक्या केल्या, त्यामुळे हे असले बारकावे मला माहीत नसतात. या गाढवामुळे निदान कळतात तरी या गोष्टी. बरं मित्रा, आता तरी सांगशील का, की कोजागिरी म्हणण्यात काय चुकलं?

कोजागिरी या शब्दाचा अर्थ 'कोजा नावाचा पर्वत' असा होईल; जसा द्रोणागिरी किंवा गोवर्धनगिरी.

किंवा वराहगिरी वेंकटगिरी गिरी...

अय्या! हे काय?

एक रबरस्टँप राष्ट्रपती होते. जाऊ दे. तर, खरा शब्द आहे कोजागरी. 'को जागर्ती?' असं विचारीत लक्ष्मीदेवी त्या रात्री फिरत असते, म्हणून तिला म्हणायचं कोजागरी पौर्णिमा. जे झोपलेले असतील, त्यांच्या घरी ती राहत नाही.

अच्छा, म्हणून त्या रात्री सगळे जागे राहतात होय? पैसा चाहिये इस लिये!

मग काय तर! 'बाबांनो, आश्विनातली हवा फार सुरेख असते. पौर्णिमेच्या चांदण्यात मित्रमंडळींसमवेत हास्यविनोद करणे आरोग्यास हितकर' असे सांगितलं, तर किती लोक ऐकतील?

शून्य.

हो ना? पटलं? शेवटी लक्ष्मी म्हणजे काही फक्त पैसा नाही; लक्ष्मी

म्हणजे धनसंपदा आणि आरोग्य. ही पैशापेक्षाही मूल्यवान अशी संपत्ती नाही का?

पटलं. पण त्याचा सुपरमूनशी काय संबंध?

मी कधी म्हटलं तसं? आपण तर कोजागिरी या शब्दाची चिरफाड करत होतो. मला एक सांग की– सुपरमून म्हणजे काय?

सुपरमून म्हणजे... म्हणजे... मोठ्ठा मून. सुपरसाईज. थांब-थांब. लेका, सुपरमून म्हणजे काय, हे तर मी तुला विचारतोय ना?

हो. पण तुझी काय कल्पना आहे, ते समजून घ्यायचं होतं मला. सुपर म्हणजे मोठ्ठा; पण किती मोठा? का मोठ्ठा?

ये तो हमने सोचा न था. काही कल्पना नाही बुवा.

तुला गं? तुझं काय मत आहे?

मला वाटतंय की, जवळ आल्यामुळे मोठा दिसत असावा. पण किती, हे नाही बाई ठाऊक. आणि जवळ का येतो, आत्ताच का आला; देव जाणे!

व्हेरी गुड, व्हेरी गुड! जवळ आला म्हणून मोठा दिसतो, हे बरोबर आहे अगदी. जवळ येतो, कारण चंद्र पृथ्वीभोवती वर्तुळाकार मार्गाने फिरत नसून लंबवर्तुळाकार कक्षेत फिरतो. खरं म्हणजे, चंद्र पृथ्वीभोवती फिरत नाही; चंद्र आणि पृथ्वी हे दोघेही एकमेकांभोवती फुगडी घालत असतात. पण ते इथे महत्त्वाचं नाही.

मग जवळ जर येतो, तर लांबही जात असला पाहिजे.

बरोबर! हुशार आहेस हं तू. पण जवळही फार येत नाही आणि दूरही फार जात नाही. त्यामुळे सर्वसाधारण व्यक्तीला जाणवेल इतका काही मोठा दिसत नाही.

पण मला दिसला की आज.

अय्या, मलाही!

तेच तर सांगतोय ना. तुम्हाला तो फार मोठा वाटला, कारण तो तुम्ही उगवताना पाहिलात– क्षितिजाजवळ.

हट्, काही तरीच काय!

बरं, मग आता पुन्हा एकदा पाहा बरं.

अरे बापरे! चंद्र लहान झाला की!

ई...ऽऽ खरंच की! असं कसं झालं?

चंद्र आकाशात कोठे आहे? क्षितिजावर?

नाही, जवळजवळ डोक्यावर आहे आता.

मावळतीकडे जाईल तेव्हा पुन्हा मोठा झालेला दिसेल.

आज सुपरमून आहे म्हणून?

नाही रे बेटा, असं रोजच असतं. चंद्र व सूर्य उगवताना आणि मावळताना नेहमीच खूप मोठे असतात. तो निव्वळ दृष्टिभम्र असतो. आपल्याला बऱ्याच गोष्टींचे– म्हणजे आकार, अंतर, वजन, वेग यांसारख्या गोष्टींचे– आकलन हे दुसऱ्या कशाच्या तरी संदर्भानेच होतं. उगवताना चंद्राच्या जवळ झाडं, घरं अशा वस्तू असतात. त्यांच्याबरोबर पाहिल्यामुळे तो मोठा वाटतो. डोक्यावर असताना जवळपास– म्हणजे, चंद्रासह दिसणाऱ्या ओळखीच्या गोष्टी नसतात. त्यामुळे नुस्तं चंद्रबिंब पाहून ते किती मोठं आहे, असं आपल्याला वाटत नाही.

खरं सांगतोयस, की फेकतोयस?

खरं सांगतोय रे. मला माहिती आहे, हे पटायला कठीण आहे. म्हणून तुला एक दृष्टांत सांगतो. फर्निचरच्या दुकानात लहान वाटणारं टेबल घरी आणल्याबरोबर मोठ धूड बनतं– हा अनुभव घेतला असशीलच?

होय, होय.

एका साध्या प्रयोगाने याची शहानिशा करणं शक्य आहे. एक नळी घ्यायची– जिच्यात पौर्णिमेचा उगवता चंद्र फिट्ट बसेल अशी, नंतर चंद्र डोक्यावर आला की पुन्हा पाहायचं. झालं. करणार?

अंऽऽ अं... हो, हो. नक्की. पण मग सुपरमून वगैरे नुस्त्या थापा? असं धडधडीत खोटं सांगतात टीव्हीवर?

तसंही नाही रे– थोडं खरं, बरंचसं वाढवून सांगितलेलं. चंद्र पृथ्वीच्या जवळ ठरावीक कालाने येत असतो. पण पृथ्वीचा स्वत:भोवती फिरण्याचा जो काल आहे– २४ तासांचा– त्यामुळे जेव्हा तो अगदी जवळ येईल, तेव्हा आपल्याकडे दिवस असू शकतो. थोडक्यात सांगायचं झालं तर, पौर्णिमेला रात्री जर चंद्र जवळ आला तर तो सुपरमून. असा योग काही अगदीच दुर्मिळ नाही. दर चौदा महिन्यांत एकदा तरी येतोच असा योग. त्याला सुपरमून असं कोणी तरी नाव दिलं अलीकडेच.

पण असं कसं असेल? तुमच्या खगोलशास्त्रात तर सगळं शिस्तशीर व्हायला लागतं ना– घड्याळाच्या काट्यानुसार? मग हा असा रँडमनेस कसा? दर पौर्णिमेला का होत नाही सुपरमून?

आमचं खगोलशास्त्र काय? पण खरोखरीच खगोलशास्त्राच्या, भौतिकशास्त्राच्या नियमानुसारच हे घडत आहे. म्हणजे, त्याचं काय आहे की– चंद्र पृथ्वीभोवती

एक प्रदक्षिणा पूर्ण करतो साडेसत्तावीस दिवसांत (२७.३ दिवसांत). म्हणजे समज– आज पौर्णिमा आहे.

आहेच की.

हो, खरंच. मी विसरलोच होतो. तर, आज पौर्णिमा आहे. मग आजपासून साडेसत्तावीस दिवसांनंतर कोणती तिथी असेल?

पौर्णिमा? पण ज्या अर्थी तू असा सोपा वाटणारा प्रश्न विचारतोयस, त्या अर्थी ते उत्तर बरोबर नसणार.

बरोबर.

काय बरोबर?

उत्तर चूक, अंदाज बरोबर.

पौर्णिमा हे उत्तर प्रथमदर्शनी बरोबर असायला हवं. कारण चंद्राने एक फेरी पूर्ण केली आहे. पण चांदोबा प्रदक्षिणा घालत असताना पृथ्वीही सूर्याभोवतीच्या कक्षेत पुढे गेलेली असते. म्हणून पौर्णिमा होण्यासाठी चंद्राला अजून थोडा प्रवास करावा लागतो, म्हणजे प्रदक्षिणा पूर्ण होते.

साडेसत्तावीस दिवसांत.

पण पौर्णिमा ते पौर्णिमा यांतलं अंतर असतं साडेएकोणतीस दिवसांचं.

अस्सं! म्हणजे, आजच्याप्रमाणे जर चंद्र पौर्णिमेला पृथ्वीच्या जवळ असेल, तर साडेसत्तावीस दिवसांनी तो जेव्हा पुन्हा जवळ येईल, तेव्हा पौर्णिमा नसेल.

अंगाश्शी! समजलं गड्या तुला. तेव्हा साधारणपणे एक कला अलीकडची असेल आणि क्रमाक्रमाने फिरून परत पौर्णिमेला सुपरमून येईल.

समजलो. सुपरमून म्हणजे पौर्णिमेला जेव्हा चंद्र पृथ्वीच्या जवळात जवळ आलेला असतो, त्याला म्हणतात. हे असं दर पौर्णिमेला होत नाही, पण बऱ्यापैकी फ्रिक्वेन्टली होत असतं.

झकास! ही भजी तशीच राहून जातील हं– तुम्ही नुसतेच बोलत बसलात तर!

ओके. डोळ्यांनी पाहून सुपरमून फारसा मोठा दिसत नाही; पण त्याचा काही तरी परिणाम होत असेलच की– गुरुत्वाकर्षण वगैरे?

हो. एरवीदेखील पौर्णिमा-अमावास्येला भरती मोठी येते; सुपरमूनमुळे ती आणखी मोठी असते. पृथ्वीच्या परिवलनाची गती थोडी अधिक मंदावत असणार त्यामुळे.

अगं बाबो! हे काय काढलंस आणखीन मधेच? पृथ्वीचं परिवलन काय, गती मंदावेल काय... स्लो डाऊन, स्लो डाऊन.

अरे, यात नवं काही नाही. परिवलन म्हणजे पृथ्वीचं स्वत:भोवती फिरणं. रोटेशन. त्यामुळे रोज दिवस-रात्र होत असते. पृथ्वी सूर्याभोवती फिरते. त्याला म्हणायचं परिभ्रमण. हे करीत असताना पृथ्वीसुद्धा सूर्यापासून जवळ आणि दूर जात असते. परिभ्रमण आणि पृथ्वीची कललेली कक्षा यांचा परिणाम म्हणून पृथ्वीवर ऋतू होतात.

स्वत:भोवती गरगर फिरणे, म्हणजे परिवलन. दुसऱ्याभोवती फिरणं म्हणजे परिभ्रमण. समझ गये.

पृथ्वीप्रमाणेच चंद्रही स्वत:भोवती परिवलन करण्यात दंग असतो. आणि त्याचबरोबर पृथ्वीभोवती आणि पृथ्वीसह सूर्याभोवती परिभ्रमण करत असतो.

च्यायला, हे डबल काम आहे की चंद्राला!

सूर्यही स्वत:भोवती परिवलन करत-करत, परिवलन व परिभ्रमण करणाऱ्या सर्व ग्रहांना आणि त्यांच्या पिल्लांना घेऊन आकाशगंगेच्या मध्याभोवती परिभ्रमण करीत असतो. आणि, आकाशगंगाही स्थिर नाही. तीही...

थांब– थांब. स्टॉप! आधी हे सूर्यमालेचं चित्र डोळ्यांपुढे आणू दे... हं, चालू दे.

आपली आकाशगंगा इतर आकाशगंगांसमवेत फिरत असते.

आई गं! अगदी पिंडी ते ब्रह्मांडी का काय म्हणतात, तसला प्रकार झाला.

तर काय! गल्लीतला दादा नगरसेवकाभोवती, नगरसेवक आमदाराभोवती, आमदार मंत्र्याभोवती, मंत्री मुख्यमंत्र्याभोवती, मुख्यमंत्री प्रधानमंत्र्याभोवती... अँड सो ओन अँड सो फोर्थ...

पुरे हं आता. गाडी भलतीकडेच घसरली तुमची. हे सगळं निघालं कुठून? परिवलन आणि परिभ्रमण...

आठवलं. मात्र आता जे बोलतोय, त्याचा सुपरमूनशी अर्थाअर्थी काही संबंध नाही, बरं का! पृथ्वी आणि चंद्र दोघेही एकमेकाला खेचत असतात. त्यामुळे पृथ्वीवर भरती-ओहोटीचं चक्र चालू असतं, हे तर सगळ्यांना ठाऊक असतंच. या भरती-ओहोटीमुळे घर्षण होतं. त्यातून जी ऊर्जा– म्हणजे एनर्जी खर्च होते, त्यामुळे परिवलनाची गती मंदावते. दर शंभर वर्षाला दोन मिलिसेकंद एवढा फरक पडतो. सुपरमूनमुळे आणखी तिळभर जास्त.

अरे, पण ज्योतिषी तर म्हणतात– सुपरमूनचा फार मोठा प्रभाव पडणार आहे म्हणून? आपलं शरीर सत्तर टक्के पाण्याने बनलेलं आहे. समुद्राला जर एवढी भरती येते, तर आपल्यावर परिणाम झाल्याशिवाय कसा राहील?

हे बघ, ज्योतिष ही विश्वास ठेवण्याची गोष्ट आहे; त्यामुळे मी शक्यतो त्याविषयी बोलायचे टाळतो. पण एक शंका नमूद कराविशी वाटते. गुरुत्वाकर्षणाचा परिणाम शरीरातल्या पाण्यावर होत असेल, तर तो सर्वांवर सारखा नको का व्हायला? आणि ग्रहांचा आपल्या भविष्यावर होणारा परिणाम हा गुरुत्वाकर्षणामुळे उद्भवलेला आहे असे जर मानायचे ठरविले; तर मग हेही मान्य करावे लागेल की– शुक्र, मंगळ, गुरू व शनी यांच्या गुरुत्वाकर्षणाचा प्रभाव नगण्य आणि त्यामुळे निरुपयोगी आहे.

अरे, पण ग्रहांची किती काळजीपूर्वक नोंद ठेवलेली असते पत्रिकेत!

अगदी मान्य आहे. किंबहुना, ज्योतिषातूनच ज्योतिर्विद्येचा जन्म झाला म्हणेनास! शतकानुशतके स्थिर भासणाऱ्या ताऱ्यांच्या पार्श्वभूमीवर आकाशात फिरणारे हे खगोल (चंद्र, सूर्य आणि ग्रह) अद्भुत होतेच. त्यांच्या फिरण्यात एक नियमितता आहे, हे कालांतराने जाणवलं आणि मग त्यांचे काळजीपूर्वक वेध घेतले गेले. ज्योतिष आणि खगोलशास्त्र या दोहोंची सुरुवात अशा रीतीने झाली. पण ज्योतिषाचा रोख हा ग्रहांची पृथ्वीसापेक्ष स्थिती आणि त्यांचा तुमच्या-आमच्या जीवनावर होणारा परिणाम यावर असतो. ग्रह– यात सूर्य-चंद्रही आले– कसे निर्माण झाले, कधी निर्माण झाले, ते केवढे आहेत आकाराने, कशाचे बनले आहेत... अशा प्रश्नांची उत्तरं शोधायचा ज्योतिषाने कधी प्रयत्न केला, असे दिसत नाही. असले प्रश्न ज्योतिषाला कधी पडले नसावेत.

हं.

प्रत्येक ग्रहाचं एक रूप ठरवलं गेलं, त्यांचे विशिष्ट गुण ठरवले गेले. त्यांच्या उपकारक गुणांचा प्रभाव वाढवण्यासाठी आणि त्रासदायक गुणांचा शम करण्यासाठी मंत्र, खडे, व्रत-वैकल्ये असे उपाय योजले गेले. गुरुत्वाकर्षणाचा यात कधी उल्लेख नव्हता. आता हा प्रभाव गुरुत्वाकर्षणामुळे, असं 'सायंटिफिक' प्रतिपादन करायचं असलं; तर ते 'सिलेक्टिव्हली' घेऊन चालायचं नाही. गुरुत्वाकर्षण मानायचं तर सर्व ग्रहांचं गुरुत्वाकर्षण सारखंच; फक्त शक्तीचाच काय तो फरक, हेही मानावं लागेल. गुरुत्वाकर्षणाचा सर्वांवर एकसारखाच परिणाम होणार, हेही मान्य करावं लागेल. त्यापेक्षा खगोलशास्त्राला अजून न समजलेला अगम्य असा 'फोर्स', एक अतर्क्य शक्ती आहे– असं मानणं सोपं होईल. 'स्युडो सायन्सचा' प्रॉब्लेम दूर होईल.

कडाडून टाळ्या.

समजलो. उपदेश पुरे, असंच ना? पण विषय तुम्ही काढलात.

कबूल. आपण आपलं चंद्राबद्दल बोलू या.

काय बोलू या?

फार काही नाही रे... फक्त चंद्र कसा झाला, कधी झाला, कसा आहे, केवढा आहे– एवढंच!

परीक्षा घेतोयस? पण या प्रश्नांची बऱ्यापैकी समाधानकारक उत्तरे आहेत आता.

अय्या! म्हणजे इतके करून 'बऱ्यापैकीच' का समाधानकारक?

अगं ताई, खगोलशास्त्रात ना– सगळ्या 'थिअऱ्या' असतात. एखाद्या थिअरीच्या आधाराने जोपर्यंत समाधानकारक उत्तरे देता येतात तोपर्यंत ती थिअरी मान्य असते. जर थिअरीचा आणि निरीक्षणाचा, पुराव्याचा मेळ बसला नाही; तर थिअरीचा खेळ खल्लास! काय राजे, बरोबर ना?

कसं लाख बोललास!

तुझ्याकडून ऐकून-ऐकून तोंडपाठ झालंय आता. चला, जाऊ द्या गाडी.

साऱ्या ग्रहांच्या उपग्रहांत आपला चांदोबा निराळा आणि वैशिष्ट्यपूर्ण आहे हं. बुध आणि शुक्राला उपग्रह नाहीत. पृथ्वीला एक, मंगळाला दोन, गुरूला सहासष्ट, शनीला बासष्ट, युरेनसचे सत्तावीस आणि नेपच्यूनला तेरा उपग्रह आहेत. हा अर्थातच आजचा आकडा आहे. यांपैकी मोठे उपग्रह म्हणजे– गुरूचे गॅनिमिड, आयो, युरोपा हे तीन गॅलिलियन उपग्रह. शनीचा टायटन, युरेनसचा टायटेनिया आणि नेपच्यूनचा ट्रायटन– हे चारही बाह्य ग्रह, ज्यांना 'गॅस जायंट्स' आणि 'आइस जायंट्स' म्हटलं जातं. ते पृथ्वीपेक्षा आकाराने आणि वस्तुमानाने फार मोठे आहेत. त्यांचे उपग्रहही तसेच मोठे असले, तर नवल नाही. पण त्यांच्या पंक्तीत चंद्र बसतो; यावरून लक्षात येईल की, चंद्र हा चांगला सणसणीत आहे अंगापिंडाने. जर ग्रहांचा आकार विचारात घेतला, तर चंद्राचा मोठेपणा आणखीनच नजरेत भरतो. गुरूचा मोठा उपग्रह गॅनिमिड हा बुधापेक्षाही मोठा आहे, पण त्याचं वस्तुमान गुरूच्या वस्तुमानाच्या एक-दशसहस्रांशपेक्षाही कमी आहे.

दश... दश... काय म्हणालास?

दशसहस्रांश, म्हणजे दहा हजार पटींनी कमी आहे.

हो नं, अगदी परफेक्ट समजलं नाही.

म्हणजे समजा– एक योग्य आकाराचा तराजू घेतला आणि त्याच्या एका पारड्यात गुरू ठेवला, तर तो तराजू समतोल करण्यासाठी दुसऱ्या पारड्यात

दहा हजार गॅनिमिड ठेवावे लागतील.

म्हणजे गुरूच्या पुढे गॅनिमिड अगदी किरकोळ आहे. हाथी के सामने चींटी.

बरोबर– हाथी के सामने चींटी!

तो फिर? ऐसी 'साइंटिफिक' भासामें एकस्प्लेन कर ना यार.

गॅनिमिडचा व्यास गुरूच्या व्यासाच्या सव्वीस पटीने कमी आहे. समजा– आपण बाजारात गेलो, गुरूच्या आकाराची पिशवी बरोबर घेऊन आणि त्यांना मागितले 'जरा एक पिशवीभर गॅनिमिड द्या हो' तर त्यांना जवळजवळ एकोणीस हजार गॅनिमिड ठेवावे लागतील, ती पिशवी भरण्यासाठी!

त्यांना म्हणजे, कोणाला मागायचे?

दुकानदाराला. 'युनिव्हर्स जनरल स्टोअर्स... आमचे येथे सर्व प्रकारचे ग्रह, तारे आणि उपग्रह निर्भेळ, खात्रीशीर व स्वस्त दरात मिळतील'– त्यांना.

असतील का त्यांच्याकडे एवढे आयत्या वेळी?

नसले तर आणतील की जवळपासच्या दुकानातून. नाही तर आधी फोन करून जायचं. तू काळजी नको करूस.

झाला का तुमचा दोघांचा फाजीलपणा सुरू?

ओके. आता पृथ्वीपुढे चंद्र म्हणजे 'हाथी के सामने गधा'.

ते कसं काय?

चंद्र हा पृथ्वीच्या एक-चतुर्थांश आहे...

आकाराने, का वजनाने?

फार छान प्रश्न विचारलास. दोन खगोलांची तुलना करताना आकार आणि वस्तुमान अशी दोन्ही प्रकारे करणे योग्य ठरते. वस्तुमान म्हणजे मास– म्हणजे त्या खगोलात असलेल्या सर्व पदार्थांची गोळाबेरीज. वजनाला यासंदर्भात काही अर्थ नाही. आता हे वस्तुमान कसं मोजलं, ते विचारू नकोस. तो वेगळाच विषय आहे. तर सांगायचा मुद्दा म्हणजे, चंद्राचा व्यास पृथ्वीच्या व्यासाच्या एक-चतुर्थांश आहे आणि वस्तुमान मात्र एक्क्याऐंशी पटींनी कमी आहे. म्हणजे पृथ्वी आणि चंद्राचा समतोल होण्यासाठी फक्त एक्क्याऐंशी चंद्र पुरे होतील.

म्हणजे, पृथ्वीपुढे चंद्र किरकोळ नाही.

किरकोळ नाही. आणि भरीस भर म्हणून, तो खूप जवळून फिरत असतो पृथ्वीच्या.

म्हणजे, इतर ग्रहांचे उपग्रह ज्या अंतरावरून फिरतात, त्या तुलनेने?

एक्झॅक्टली! पण आता दुसरी गंमत पाहा. आकाराने चंद्र बराच मोठा असला, तरी वजनाने जरा कमीच आहे. म्हणजे, त्याची घनता अर्थात डेन्सिटी ही पृथ्वीपेक्षा कमीच आहे.

वा: वा! चंद्राची घनता पृथ्वीपेक्षा कमी आहे, हे ऐकून आनंद झाला. कळलं मात्र काही नाही– अजिबात. घनता कमी असो किंवा जास्त असो; त्याचा आम्हाला काय उपयोग? आमच्या घशाला पडलेली कोरड कमी होणार आहे का त्यामुळे? शरीरातले द्रवपदार्थ कमी झाल्यामुळे आमची घनता मात्र इथे क्षणाक्षणाने वाढते आहे.

आहे, आहे– उपयोग आहे. थोडा धीर धर. तिकडेच चाललो आहोत आपण. तुझा पहिला प्रश्न होता– चंद्र कसा झाला? याविषयी तीन निरनिराळ्या थिअऱ्या मांडल्या गेल्या.

आ... हा! आऽऽ हा! मी म्हटलं होतं की नाही...

दोनदा आ...हाऽ का?

पहिली आ...हा शीत पेय पोटात गेलं, त्याला दाद म्हणून होती. दुसरी थिअऱ्यांबाबतची माझी थिअरी बरोबर निघाली, म्हणून स्वत:ला दिलेली दाद होती.

गुड! तुझी घनता पूर्ववत् झाली, हे ऐकून आनंद झाला. तर, या थिअऱ्या अशा– सहोदर उत्पत्ती, विभाजन आणि कबजा.

सहोदर काय?

उत्पत्ती. उत्पत्ती म्हणजे निर्माण होणे– उत्पन्न होणे.

ते माहिती आहे रे. सहोदर म्हणजे काय?

उदर म्हणजे पोट. एकाच आईच्या पोटात जन्मतात, ते सह-उदर, सहोदर. म्हणजे भावंडे.

हुं.

तर कांट आणि लाप्लास यांनी अठराव्या शतकात सूर्यमालेची निर्मिती कशी झाली यासंबंधी जी थिअरी मांडली, तिला नेब्यूलर हायपॉथिसिस म्हणतात. सूर्य जन्म घेत होता, तेव्हा त्या गरगर फिरणाऱ्या प्रचंड ढगाच्या सेन्ट्रिफ्यूगल फोर्समुळे, विषुववृत्ताच्या पातळीत वायू आणि धूलिकणांनी युक्त अशी एक तबकडी निर्माण होऊन तीही गरगर फिरत राहिली. पुढे गुरुत्वाकर्षणामुळे वस्तुमान दाटत जाऊन सूर्य आक्रसत गेला आणि हळूहळू तापू लागला. त्याच वेळी तबकडी दूर-दूर जात थंड होत गेली आणि त्यातून ग्रह बनले. चंद्राचा जन्मही

पृथ्वीबरोबरच अशा तऱ्हेने झाला– सहोदर उत्पत्ती.

कधी झालं हे? आणि मला कसं कळलं नाही?

साधारणपणे चार बिलियन– चार अब्ज वर्षांपूर्वी घडलं हे. आम्ही तर तेव्हा नव्हतो; पण तुला तरी कळवायला हवं होतं.

हाऽ हाऽ हा...! चांगली आहे की थिअरी. आम्हाला पसंत आहे. मग आता प्रॉब्लेम कुठे आला?

कोण म्हणालं, प्रॉब्लेम आहे म्हणून?

प्रॉब्लेम नाही, तर उरलेल्या दोन थिअऱ्या काय गंमत म्हणून केल्या?

गुड थिंकिंग! कांट आणि लाप्लासची ही थिअरी अनेक गोष्टींचा समाधानकारक उलगडा करते. उदाहरणार्थ– सर्व ग्रह सूर्याभोवती एकाच दिशेने फिरतात. सर्व ग्रह सूर्याच्या विषुववृत्ताशी समपातळीत फिरतात. अंतर्ग्रह म्हणजे बुध, शुक्र, पृथ्वी आणि मंगळ हे लहान व खडकाळ आहेत. बाह्य ग्रह– गुरू, शनी, युरेनस, नेपच्यून हे भले मोठे आणि वायूंचे बनलेले आहेत... इत्यादी, इत्यादी.

अजूनही अडचण समजलीच नाही.

हे सगळं छान आहे. एकंदरीत कोणत्याही ताऱ्याची आणि त्याच्या भोवती फिरणाऱ्या ग्रहमंडळाची निर्मिती याबद्दल हीच थिअरी अजूनही बऱ्याच अंशी प्रमाण मानली जाते.

तो फिर प्रॉब्लेम क्या है? बोल ना यार, शरमाओ नहीं...

हे सगळं ठीक असलं तरी चंद्राच्या उत्पत्तीचा खुलासा ही थिअरी नीटपणे करू शकत नाही. जर या थिअरीप्रमाणे चंद्र बनला असता, तर त्याची आणि पृथ्वीची जडण-घडण एकसारखी असायला हवी. पण आपण पाहिलं त्याप्रमाणे चंद्राची घनता पृथ्वीपेक्षा खूपच कमी आहे.

हे तू म्हणालास; आम्ही नाही. काय गं? याचं म्हणणं– आपण याच्यावर विश्वास ठेवावा, पण ज्योतिषावर मात्र नाही.

ज्योतिषावर विश्वास ठेवायचा का नाही, ते तुमचं तुम्ही ठरवा; माझ्यावर मात्र बिलकुल विश्वास ठेवू नका, असंच मी म्हणेन. मी सांगतो ते कदाचित चुकीचंही असू शकेल; तेव्हा ते तपासून, खात्री करून मगच स्वीकारा.

अरे, अरे– मैं तो यूँ हि मजाक कर रहा था यार. तेरे उपर अपना पूरा भरोसा है बॉस. तू आगे चल.

तेव्हा हे अर्थातच माहिती नव्हतं; पण चंद्रावरून अपोलो अंतराळवीरांनी आणलेल्या दगडांमध्ये लोखंडाचं प्रमाण अगदी नगण्य आहे, हे सिद्ध झालेलं

आहे.

म्हणजे, आता जी नवी थिअरी असेल, तिने आधीच्या थिअरीने दिलेली बरोबर उत्तरं तशीच देऊन या नव्या कोड्यांचासुद्धा उलगडा केला पाहिजे तर!

बिलकुल सही. दुसरी थिअरी कांट आणि लाप्लासच्या थिअरीत एक तडजोड सुचविते. चंद्र सूर्यमालेत इतरत्र जन्माला आला; पृथ्वीच्या कबजात तो नंतर सापडला, म्हणून त्याची जडण-घडण पृथ्वीपेक्षा निराळी. सूर्यमालेतले बहुसंख्य उपग्रह हे अशाच पद्धतीने आपापल्या यजमान ग्रहाच्या सेवेत रुजू झालेले आहेत.

आता ह्या थिअरीत काय खोड निघाली?

बाकी सगळं छान होतं, पण एक बारीक अडचण होती. चंद्र हळूहळू, पण निश्चितपणे पृथ्वीपासून दूर जात आहे. शिवाय असा एवढा मोठा गोल गुरू, शनी, युरेनस यांसारख्या महाकाय ग्रहांच्या तावडीत न सापडता पृथ्वीपर्यंत कसा पोहोचला? आणि लोखंड नाही हे सोडलं, तर इतर बाबतींत त्याची जडण-घडण पृथ्वीसारखीच आहे; त्याचं काय?

या दुसऱ्या थिअरीत काही दम नाही राव. ती गणिताची भानगड नसती, तर मीसुद्धा यापेक्षा छान थिअरी सांगितली असती.

असं? ऐकव तरी तुझी थिअरी.

सोपं आहे! चंद्र पृथ्वीपासून दूर जातो आहे आणि त्याची जडण-घडण बरीचशी पृथ्वीसारखी आहे; फक्त चंद्रामध्ये लोखंड नाही. बरोबर?

बरोबर...

पृथ्वी बनत असताना तिचे दोन भाग झाले. एक छोटा, एक मोठा. छोटा भाग हळूहळू दूर जाऊ लागला. जाता-जाता त्यातलं लोखंड कोणी तरी काढून घेतलं.

बरोब्बर!

बरोब्बर?

अगदी पन्नास टक्के बरोबर.

पण पन्नास टक्के तरी कसं बरोबर असेल? मी तर आपलं असंच बरळत होतो!

तुझी बेसिक कन्सेप्ट बरोबर आहे. ही विभाजन थिअरी झाली. जॉर्ज डार्विन याने अशी कल्पना मांडली की– पृथ्वी अगदी गरमागरम द्रवस्वरूपात असताना सेंट्रिफ्यूगल फोर्समुळे विभाजन होऊन चंद्र निर्माण झाला आणि तो दूर-दूर जात आहे. पण या थिअरीला लोखंडाचा प्रश्न सोडवता आला नाही.

अगदी अलीकडे मांडली गेलेली चौथी थिअरी अशी आहे की, पृथ्वी घडल्यानंतर काही काळाने मंगळाच्या आकाराच्या एका गोलाची पृथ्वीशी टक्कर झाली. या वेळेपर्यंत पृथ्वीचा अंतर्भाग म्हणजे कोअर– हे लोखंड व कथिल यांचे बनून गेलेले होते आणि बाह्य आवरणामध्ये लोखंडाचे प्रमाण अत्यल्प होते. या टकरीचा परिणाम म्हणून चंद्राच्या वस्तुमानाएवढा पृथ्वीच्या बाहेरील भागातील ऐवज मुक्त होऊन अवकाशात फेकला गेला आणि पृथ्वीभोवती फिरू लागला. कालांतराने हे बारीक-बारीक भाग एकत्र येऊन त्यापासून चंद्र बनला.

आणि त्या गोलाचं काय झालं?

तो या टकरीमुळे पूर्णत: नष्ट होऊन गेला. काही भाग चंद्रामध्ये, तर आतला लोखंड-कथिलाचा गोळा पृथ्वीच्या अंतर्भागात सामावून गेला.

मस्ती! म्हणजे मी म्हटलो, तसंच घडलं की. मग, हे ठरलं तर?

चंद्राच्या उत्पत्तीविषयीचे बरेचसे प्रश्न या थिअरीने सुटले, म्हणून सध्या हीच त्यातल्या त्यात सर्वमान्य आहे. तरी यातही काही त्रुटी होत्याच. उदाहरण द्यायचं झालं तर– चंद्राची काळी बाजू म्हणजे दुसरी बाजू अशी का आहे?

वाटलंच मला– ह्याचं काही सरळ असायचं नाही! मारुतीच्या शेपटासारखी लांबच होत जाते प्रत्येक गोष्ट.

मारुतीच्या शेपटीसारखी म्हणजे? मी नाही समजलो?

हे बघ– ती गोष्ट तुला नंतर कधी तरी सांगीन. नाही तर...

नको– नको, माझ्यामुळे तुमच्या गप्पांत व्यत्यय नको.

बरं, थोडक्यात सांगतो. तसं मी नेहमी थोडक्यातच सांगत असतो म्हणा. पण ते असो. रामाने मारुतीला लंकेत पाठवले, सीतेचा शोध घ्यायला. त्याला सीता अशोकवनात सापडली. तिच्याशी बोलून रामाचा निरोप दिल्यानंतर मारुतीने लंकेत दंगा करायला सुरुवात केली. मोठ्या कष्टाने त्याला पकडून आणले आणि रावणाच्या दरबारात नेऊन हजर केले. तिथे त्याच्या रूपाची आणि शेपटीची सगळ्यांनी थट्टा केली तेव्हा त्याने आपली शेपटी लांबच लांब केली, अशी कथा आहे. बरं. आता चंद्राच्या दुसऱ्या बाजूची काय गोष्ट आहे, ती सांग.

चंद्राची दुसरी बाजू पृथ्वीवरून दिसत नाही. सोव्हिएत रशियाच्या सोयूझ यानाने प्रथम त्या बाजूची छायाचित्रे काढली. त्यात असं दिसून आलं की, ही बाजू आपल्याला दृश्य असलेल्या बाजूपेक्षा फार निराळी आहे.

निराळी म्हणजे?

म्हणजे, त्या बाजूला खूप जास्त विवरं आहेत. आणि या– आपल्या

बाजूला जे समुद्र दिसतात, तसे प्रदेश त्या बाजूला जवळजवळ नाहीतच.

पण चंद्रावर तर पाणी नाही; मग समुद्र कोठून आले? आणि दोन बाजू वेगवेगळ्या असल्या तर काय झालं? पृथ्वीवर पण असा असमतोल आहेच की! पृथ्वीवरची बरीचशी जमीन उत्तर गोलार्धात आहे आणि दक्षिण गोलार्ध बहुतांशी पाण्याने व्यापलेला आहे.

वा! हा खरोखरच उत्तम मुद्दा काढलास तू. तुझं म्हणणं बरोबर आहे. चंद्रावर पाणी नाही. जरी सुरुवातीला असलं, तरी ते केव्हाच नाहीसं झालं. समुद्र चंद्रावर कधीच नव्हते आणि नाहीत. पण जेव्हा चंद्राकडे दूरदर्शकातून प्रथम पाहिलं गेलं सतराव्या शतकात, तेव्हा हे काळ्या रंगाचे सपाट प्रदेश समुद्राप्रमाणे भासले; म्हणून त्यांना सी ऑफ ट्रँक्विलिटी, प्रशांत समुद्र अशी नावंही दिली गेली. पुढे चंद्राचे खरे स्वरूप म्हणजे खरोखर लाव्हा फ्लोजपासून बनलेले आहेत, हे आता आपल्याला ठाऊक झालेलं आहे. त्यामुळे 'लाव्हाचा उद्रेक एकाच बाजूला जास्त का आणि अशनीपातापासून निर्माण झालेली विवरं दुसऱ्या बाजूला जास्त का?' असा प्रश्न उभा राहतो.

पण पृथ्वीवर...?

...सुद्धा असमतोल आहेच की– असंच ना? पृथ्वी हा एक सजीव ग्रह– 'लिव्हिंग प्लॅनेट' आहे. पृथ्वीवर वातावरण आहे; त्यामुळे पाऊस, वादळे, वीज कोसळणे असे प्रकार होत राहतात. पृथ्वीच्या पोटात आग आहे; त्यामुळे ज्वालामुखी, धरणीकंप असे उद्रेक सतत घडत राहून पृथ्वीचा चेहरामोहरा सतत बदलत राहतो. आज जमीन आणि पाणी यांची जी मांडणी आहे, ती पुढील काही दशलक्ष वर्षांत पूर्णपणे बदलून जाणार आहे. थोडक्यात, पृथ्वीवरसुद्धा अशनीपात झाले असणार; फक्त त्याच्या खुणा पुसून गेल्या आहेत. पृथ्वीवर जी मोठी विवरं आहेत, ती बरीचशी ज्वालामुखीच्या उद्रेकातून बनलेली आहेत. अशनीपातांनी बनलेली जी मोठी विवरं माहीत आहेत, ती गेल्या पन्नास हजार वर्षांतली आहेत. त्यातलं एक– आपल्या महाराष्ट्रात लोणार येथे आहे. दुसरं अमेरिकेत ॲरिझोना राज्यात आहे.

बघितली पाहिजेत एकदा.

जरूर पाहा. चंद्र हा निर्जीव गोल आहे. गेल्या तीन बिलियन वर्षांत तिथे काही बदल घडलेले नाहीत. त्यामुळे जे अशनीपात होतात, त्यांचे ठसे तसेच राहतात. मग हे असं का घडलं, हा प्रश्न उद्भवतो. या दोन बाजू इतक्या निराळ्या आहेत की जणू...

...ते दोन वेगवेगळे ग्रह असावेत.

अरेच्चा! अगदी बरोबर. मगाशी सांगितलेल्या थिअरीला जोड देणारी नवी उपथिअरी अशी आहे की– त्या अज्ञात ग्रहाशी झालेल्या टकरीतून ज्या ठिकऱ्या उडाल्या, त्या हळूहळू एकत्र जमत गेल्या आणि पृथ्वीला दोन चंद्र निर्माण झाले. हे दोन आवळे-जावळे गोल रेसट्रॅकवर शेजारी-शेजारी एकाच गतीने फिरणाऱ्या गाड्यांप्रमाणे एकमेकांच्या जवळजवळ राहून पृथ्वीभोवती फिरत राहिले. कालांतराने गुरुत्वाकर्षणाच्या प्रभावाने ते एकजीव होऊन आता आपल्याला दिसतो तो चंद्र अस्तित्वात आला. ही प्रक्रिया लाखो वर्षांच्या अवधीत घडली, प्रचंड स्फोट वगैरे न होता. हे चालू असताना लाव्हाचे उद्रेक होऊन जाऊन दोन्ही चंद्रार्ध निर्जीव झालेले होते, त्यामुळे एकत्र येताना ते जसे होते तसेच राहिले.

फारच कन्व्हीनियंट स्पष्टीकरण आहे. पण तरी एक प्रश्न उरतोच. त्या दुसऱ्या बाजूला जास्त विवरं का? ती तर काही ज्वालामुखीच्या स्फोटाने बनलेली नाहीत; अवकाशातून येणाऱ्या ॲस्टेरॉइडमुळे झालेली आहेत. मग दोन्हीकडे सारख्याच प्रमाणात व्हायला नकोत का?

बिनतोड मुद्दा आहे. त्याचं उत्तर असं दिलं जातं की, सूर्यमालेची निर्मिती झाल्यावर सुमारे एक बिलियन वर्षांनी आपल्या सूर्यमालेत अशनींचा भडिमार झाला. त्याला लेट हेव्ही बंबार्डमेंट असं म्हणतात. चंद्रावरची बहुतेक मोठी विवरं ही त्या काळातली आहेत. आपल्याला दिसणाऱ्या बाजूला ज्वालामुखीचे उद्रेक झाल्यामुळे त्यांतली बरीचशी विवरे भरून गेली. हे सगळं दोन्ही चंद्रार्ध एकत्र येण्यापूर्वीच घडलं.

अं... हे जरा ओढून-ताणून केलेलं स्पष्टीकरण वाटतं. असं नसेल का, की– चंद्राची जी बाजू सतत पृथ्वीकडे वळलेली असते, तिचे अशनीपातापासून रक्षण पृथ्वी करते.

दे टाळी! मलाही असंच वाटतं. पण या कल्पनेला फारसा सपोर्ट दिसत नाही. चंद्रावर जाणारे अशनी पृथ्वी अडवू शकणार नाही, असंच एकंदरीत मत दिसतं. पण मलाही वाटतं की, या कल्पनेत जरूर तथ्य आहे.

मी तर पुढे जाऊन म्हणेन की– खरं तर चंद्र हाच पृथ्वीची ढाल होऊन इथल्या जीवसृष्टीचे संरक्षण करीत असतो.

अगदी भावाने बहिणीचे रक्षण करावं, तसा.

ते असू दे. ताई, आज बहिणीनेच भावाचं रक्षण करण्याची वेळ आलेली

आहे.

म्हणजे?

घड्याळाकडे बघ– किती उशीर झाला! आता माझं काही खरं नाही... रिंग रिंग... तो पाहा, वाजलाच फोन. केव्हाचा गेला, वाटेत आहे म्हणून सांग. बाय...

बाय...

चला, आपणही झोपू या आता.

कशाला? हात तुझ्या हातात अन् धुंद ही हवा, रोजचाच चंद्र आज वाटतो नवा...

थँक यू, सुपरमून!

■

काही संदर्भ :

सुपरमून - http:/www.space.com/22025-supermoon-2013-full-moon-myths.html

चंद्र कसा बनला? - http://csep10.phys.utk.edu/astr161/lect/moon/moon_formation.html

चंद्र कसा बनला? - http://en.wikipedia.org/wiki/Giant_impact_hypothesis

नव थिअरी - http://www.nasa.gov/topics/solarsystem/features/moon_formation.html हिचा उल्लेख वरील लेखात नाही.

चंद्र-पृथ्वी तुलना - http://solarsystem.nasa.gov/planets/compchart.cfm?Object1=Moon

वेड्या फुला

तू हे काय केलंस?
सारी फुलं मुरझल्यावर उमलायचं ठरवलंस?
आता इथं काही राहिलं नाही रे...
पक्षी सगळे उडून गेले,
भुंगे केव्हाच मरून गेले...
पानं झडली, गवत सुकलं,
वारा मात्र घोंघावत असतो अहोरात्र—
क्रूर मृत्युगार बोटांनी ओरखडे काढीत राहातो सृष्टीवर...
तो चोळामोळा करून टाकेल तुझा— वेड्या फुला!
पण...
पण, या अशा वादळात फुलण्याची शक्ती तरी कोठून
मिळाली तुला?
कदाचित असंही असेल का, की हे वादळच तुला
फुलण्याची ऊर्मी देत असेल?
आणि या निष्ठूर वाऱ्यावर आरूढ होऊन एक वेडा भ्रमर
या वेड्या फुलासाठी येणार असेल?

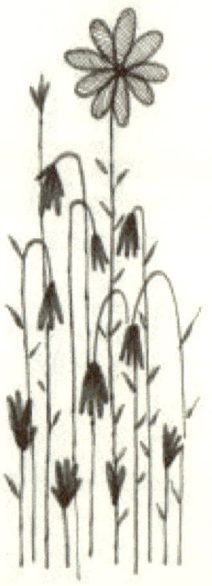

तसंच असो.
या साऱ्या गदारोळातही फुलाची भ्रमराशी गाठभेट घडो!

वादळ

वादळ आलं, वादळ आलं
सुसाट पिसाट वादळ आलं

विक्राळ ढगात, सूर्याला गिळत
अंधार लोटत वादळ आलं

गडाड धडाड, फुटती पहाड
बिजली कडाड, वादळ आलं

तोडीत झोडीत, संसार मोडीत
बंधारे फोडीत, वादळ आलं

मुसळधारांत, बर्फाळ गारांत
प्रलय होऊन वादळ आलं

स्तिमित नेत्रांत, शिणल्या गात्रांत
मनात राहून, वादळ गेलं
मनात राहून, वादळ गेलं!

वाघोबा उपाशी

एक वाघोबा वाघोबा, भला मोठा नि उपाशी
किती हिंडला हिंडला, मिळे काही ना खाण्यासी

रान मोकळे ढाकळे, होते कधी एकेकाळी
दाटी चारही बाजूंनी, आता माणसांनी केली

त्यांनी तोडिला फोडिला, भला थोरला डोंगर
माती पाणी फुले पाने, झडपली भराभर

वन रिकामे रिकामे, जीविताची वाताहत
थोडे उरले सुरले, तेही फसले जाळ्यात

काय करावे करावे, पोट कसे हे भरावे?
खाऊ म्हटले गवत, तरी तेही ना उरावे

भूक ओठांत पोटात, वाघ झाला वेडापिसा
वाट चुकले मेंढरू, उचलले भर दिसा

वाघ पाहिला पाहिला, झाला एकच कल्लोळ
धरू नका जिवे मारा, करा निपटा समूळ

हाती बंदूक संदूक, बरोबर हाकेकरी
आला धावून हावरा, शहरातला शिकारी

त्याचा रुबाब शबाब, डोळे दिपले लोकांचे
म्हणे एकाच गोळीत, प्राण घेईन वाघाचे

मिशा चाटीत चाटीत, वाघ बसला निवांत
झाली कितीक दिसात, आग पोटातली शांत

त्याने फिरून फिरून, वाघ हेरला दुरून
वेध छातीचा घेतला, श्वास धरला रोखून

वाघ असला दिसला, दुर्बिणीच्या नळीतून
त्याने जबडा वासला, जांभ दिली आळसून

दाढा कराळ विक्राळ, झाला शिकारी बधिर
धीर सुटला क्षणात, भरे कंप अंगभर

बोट कापत कापत, घोडा दाबला तसाच
बार उडता जोरात, गोळी पोचली ढगात

वाघ सावध सावध, उडी मारली अल्लद
दरीमधे खोलवर, झाला पसार क्षणात

झाला खजील खजील, फजितीस पार नाही
पेटे सूडाने शिकारी, वाघाचे या करू काही

कापा बोकड बिकड, ओता औषध विषारी
पाहा वाघोबाची, आता कशी भरते शंभरी!

वाघ भुकेला भुकेला, विष खाऊन मेलेला
जेव्हा सापडला त्याला, मनी आनंदून गेला

थांबा थोडंसं जरासं, सांगे गड्यानोकरास
नेम धरून मारिला, एका गोळीत वाघास!

उत्क्रांती

एक बिचारा नाजूक पक्षी
मरून गेला एके दिवशी
गाणे मिटले, रंग उडाले
कुणा न त्याची दखल जराशी

कोणी वेडा खूप दिसांनी
शोधित गेला रानोरानी
नाही ऐकले गाणे सुंदर
कुठे हरवले रंग मनोहर?

रानच येथे नाही राहिले,
शहर वाढता आले इथवर
कसे मिळावे त्याला गाणे,
मरून गेला पक्षी तो तर

त्या रानातील त्या गाण्याचा
अखेरचा संपला अंतरा
नामशेष ते गाणे आता
नामशेष तो पक्षी लाजरा

परंतु चिंता नको कुणाही,
पक्षी उडती कितीक काही
एक चिमुकला पक्षी नसला,
यात बिघडले काही नाही

आणि पहा या भिंतीवरती
चित्र तयाचे आहे सुंदर
असे जवळ जर गेला तुम्ही,
पडेल कानी गाणे सुस्वर!

सृष्टिचक्र

थिजला सूर्य
गोठली धरती
आकाश वरती
विस्कटले

कालचे वादळ
अचानक आले
होत्याचे झाले
नव्हते पूर्ण

सकाळीस ऊन
ऊबदार छान
नंतर भयाण
आपत्काळ

एकाहून एक
पश्चिमेसी ढग
त्यांपुढे पर्वत
खुरटले

दिसे काहीकाळ
सुरेख ती शोभा
किरणांची प्रभा
दाटलेली

त्याचबरोबर
वाहतसे वारा
शीतल झुळुका
तोषविती

वारा कसा झाला
वादळ, ते काही
समजले नाही
कोणालागी

निसटावे आता
असे याच क्षणी
नाही कोणा झणी
उमगले

पाहता पाहता
अंधारून आले
आभाळ भरले
दाहि दिशी

अक्राळ विक्राळ
निळेकाळे ढग
मागोमाग मग
गर्जताती

विजांनी त्यातच
मांडिले तांडव
पडुनी खांडव
पेटविले

निमिषात तेव्हा
होई हिमपात
राशी अकस्मात
कोसळती

हिमाचे प्रपात
होऊनी उदंड
शिला त्या प्रचंड
ढासळती

महाभुतेपंच
थैमान घालीती
खेळणे बनती
चराचर

ज्यानी घडविली
अपूर्व ही सृष्टी
त्यांनी वक्रदृष्टी
केली असे

निर्मियली जिने
आणि पालविली
सृष्टी मालविली
त्याच शक्तीने

संपता संहार
मिटता अंधार
तेज किरणांचे
परतले

होता ते दर्शन
हरपले भान
शांत क्लांत मन
झाले असे

अरे दगडा...

गोल गुळगुळीत दगडा, तू कुठून आलास?
गडगडत ठेचकाळत वाहात वाहात इथेच येऊन का
थांबलास?

माझ्यासाठी?

गेले असतील कितीक तुझ्यावर पाय देऊन
त्यांपैकी कधी कोणी तुला पाहिलं?
आणि इथे तुझ्यासारखे हजारो दगड असताना
मला तुझ्याशीच का बोलावंसं वाटलं?
या उबदार दुपारच्या उन्हात
झुळझुळत्या गार पाण्यात
हात घालून तुला उचलावंसं का वाटलं?

या निरर्थक प्रश्नाला निरर्थक उत्तर देखील नाही ना?

चल, तुला थोडं दूरवर फेकून
तुझा प्रवास पुढे सुरू करून देतो
मग तू निवांत पुढच्या वेड्याची
वाट पहात रहा—

आणि मी माझ्या वाटेने जातो!

गुंता मनातला

माझ्या मनोमनीच्या कोन्यात शोधिले मी
गुंता इथेच सारा, धागा कुठेच नाही

जे जीर्ण शीर्ण धागे, त्यांनाच जोडिले मी
विणली विदीर्ण वस्त्रे, त्या रेशीमस्पर्श नाही

धोट्यात जर-तरीच्या आयुष्य ओढिले मी
निष्प्राण शुष्क केल्या निष्पाप भावनाही

गुंता जरी सुटेना ना यत्न सोडिले मी
की गुंतल्याविना ह्या धाग्यास अर्थ नाही!

जाहले ते जाहले

जे जाहले ते जाहले, दु:ख त्याचे आता नको
जे यावयाचे राहिले, शोक त्याचा आता नको

आज जे आहे समोरी, वाऱ्यावरी सोडू नको
सांडलेल्या दुधासाठी व्यर्थ आक्रंदू नको

क्षण जातो क्षणापाठी, उगीच त्या अडवू नको
अवदसेच्या डोळ्यासी डोळा, तू कधी भिडवू नको

मंत्र हा आहे सुखाचा, सोपा असे समजू नको
झुंजताना जीवनाशी हासण्या विसरू नको

मैतर पक्षी

उंच आभाळी शुभ्र ढगांची नक्षी
तिथे विहरतो निळा बावरा पक्षी

तो कधी खुणवितो आर्त घालूनी साद
अन् कधी हरवतो, विरघळतो अंधारात

होतसे निळाई एकच त्याची आकाशाची
तळपून जातसे झळाळी पाचूच्या पंखांची

धडपडतो पडतो फिरूनी झगडतो धरण्या त्या पक्ष्याला
परि तोही असा की परीसमण्यासम कधी न ये हाताला

दुरून पाहतो मंत्रमुग्ध मी झिरमिर कापुसनक्षी
तिथे विहरतो मला खुणावित माझा मैतर पक्षी

मित्र

अरे मित्र म्हणवतोस
आणि असं काय करतोस?
मी वाकडं बोल्लो तर नुस्तं ऐकून
घेतोस
आणि सरळ निघून जातोस वाद
टाळण्यासाठी!
परत येऊन एक झापड का देत
नाहीस?
कान का धरत नाहीस माझा
हक्कानं?

मित्र म्हणवतोस
आणि असं काय करतोस?
सारखा माझ्या खोड्या काढतोस
टोचून बोलतोस, टिंगल करतोस.
कधीतरी चांगलं बोल ना
माझ्याबद्दल, माझ्यासमोर.
मार ना एक थाप प्रेमाची,

शाबासकीची; माझ्या पाठीवर.

मित्र म्हणवतोस
आणि असं काय करतोस?
अलीकडे उदास दिसतोस.
सगळे हसत खिदळत असतात.
तू मात्र दूर एकटक नजरेने
शून्यात पाहात असतोस.
स्वतःतच हरवलेला असतोस.
काय दुःख आहे तुला?
सांग की मोकळेपणानं.

मित्र म्हणवतोस ना?
मग मित्रासारखा वाग ना!

सीताराम

मारुती मंदिराच्या थंडगार काळोख्या गाभाऱ्यात भीमरूपी स्तोत्र म्हणणारा सीताराम मला तरी द्रोणागिरी उचलून घेतलेल्या त्या मारुतीसारखाच भासायचा. भीमरूपी महारुद्रा वज्रहनुमान मारुती... रामाचा भक्त हनुमान; पण इथे हनुमानाचा पुजारी 'सीताराम', हा विरोधाभास तेव्हा जाणवायचा नाही. या मंदिरातल्या मूर्तीवरचं शेंदराचं कवच निखळून गेल्यामुळे आतली विक्राळसुंदर मूर्ती प्रकट झालेली होती. किंचित ठेंगणी, काळ्या पाषाणाची ती सुबक मूर्ती किती पुरातन होती, देव जाणे! शिवशाही, निदान पेशवाई तरी नक्कीच पाहिली होती त्या मंदिराने. मूर्तीच्या अंगप्रत्यंगांतून बलभीम वायुपुत्राचे पौरुष आणि सौष्ठव प्रत्ययास येई. पुच्छ ते मुरडिले माथा किरिटी कुंडले बरी... एका हातानं पेललेली गदा, दुसऱ्या हातावर तोललेला द्रोणागिरी, अंगाभोवती वेटाळून उंचावलेले शेपूट, उग्र-गंभीर चेहरा, पांढरेशुभ्र भिवविणारे डोळे आणि इच्छित स्थळी– म्हणजे रणभूमीवर लक्ष्मण जिथे मूर्च्छित होऊन पडला आहे तिथे– पोहोचण्याची घाई प्रकट करणारा, असा त्या मूर्तीचा आविर्भाव होता. एकाच वेळी गूढ-भयकारी आणि शांत-कल्याणकारी असं ते मारुतीरायचं रूप. सौख्यकारी दुःखहारी धूर्त वैष्णवनायका... सीताराम त्या अंधारात भीमरूपी म्हणत असायचा खोल घोगऱ्या आवाजात. मधूनच होणाऱ्या घंटेच्या आवाजाने शांतता डहुळायची. दर्शनाला आलेल्या भक्ताच्या हालचालीने छोट्याश्या गाभाऱ्यातल्या तेलकट दगडी पणतीची ज्योत थरथरायची. सावल्यांचा नाच व्हायचा. मारुतीचे डोळे चमकून जायचे. सीतारामाचे हात यंत्रवत् पुढे व्हायचे. फुलं, नारळ, खडीसाखर... जे काही प्रसाद म्हणून आणलं असेल, ते मारुतीपुढे ठेवलं जायचं. एकाच सफाईदार आघाताने नारळाची दोन शकले व्हायची. पाणी मूर्तीवर प्रोक्षण करून भक्ताला दिलं जायचं. देवापुढचा अंगारा कपाळाला लावून, साष्टांग दंडवत घालून ओलसर चिकट पायांनी आलेलं माणूस निघून जायचं. परत सगळं पूर्ववत् शांत व्हायचं. सीतारामचं भीमरूपीपठण परत सुरू व्हायचं.

त्या मंदिराचा, त्या गाभाऱ्याचाच एक भाग बनून गेलेला सीताराम जेव्हा बाहेर कधी दिसायचा; तेव्हा त्याच्याकडे पाहावयाचं नाही. तो कुरूप होता म्हणून नाही. कुरूप तर तो होताच. काळाभोर ठेंगणा, बळकट बांध्याचा, चौकोनी चेहऱ्याचा मध्यमवयीन माणूस. त्यातून नाक फताडं, गालावर ठोक्याच्या पातेल्यासारखे देवीचे व्रण. पण गाभाऱ्यात असला की तो जिवंत, चैतन्यशील दिसायचा. त्याचे पांढरेशुभ्र डोळे आणि दात त्या अंधारात चमकायचे. मंदिराबाहेर हा चैतन्यरस नाहीसा झालेला असायचा. सीताराम कळाहीन, कसनुसा, केविलवाणा दिसू लागायचा. मंदिर एके काळी गजबजलेलं असेल कदाचित, पण आताशा गर्दी व्हायची फक्त हनुमान जयंतीला. एरवी भक्तांचा वावर कमीच. जवळपासच्या तालमीही आता इतिहासजमा झालेल्या. त्यामुळे भक्तांचा 'सप्लाय'ही कमीच होत गेला होता. आजूबाजूला सगळी गरीब कामगार वस्ती. हातावर पोट ज्यांचं, ते देवापुढे काय ठेवणार– कपाळ?

सीताराम राहायचा कोठे, हे मला अपघातानेच समजलं. शाळेत असतानाचे ते दिवस... जगाचा काही अनुभव नसण्याचे, जगाची फिकीर नसण्याचे. शाळेत दिवाळीच्या सुमारास 'टाटा ५०१ बार'तर्फे साबणविक्री स्पर्धा असे. त्यात भाग घेऊन मी काही करत नव्हतो. घरातच जे काय खपेल ते– थोडे मावशीकडे, थोडे आत्याकडे असे चालले होते. स्पर्धा संपत आली तरी माझी प्रगती जेमतेमच होती, याचा त्रास आईला जास्त होत होता. विद्यार्थ्यांचं विक्रीकौशल्य वाढावं, अंगी सभाधीटपणा यावा हा स्पर्धेचा हेतू होता. शेवटी एके दिवशी आईने रागावून घराबाहेर काढलं. 'जा' म्हटली, 'शेजारीपाजारी जाऊन जरा विक्री करून ये.' करतो काय... कुरकुरत, कुचमुचत नाइलाजाने गेलो. लाजत-लाजत पहिला दरवाजा ठोठावला. इतका हलकेच की, त्या कडीचा आवाज माझा मलासुद्धा ऐकू आला नाही. थोडा वेळ वाट पाहिली. कोणी दार उघडले नाही. चला, बरंच झालं. पण आतून विविधभारतीचा आवाज येत होता, म्हणजे घरी कोणी तरी आहे. घरी जाऊन, 'मी दार वाजवलं, पण घरात कोणी नव्हतं' असं आईला बिनदिक्कत सांगण्याइतपत निर्ढावलो नव्हतो. म्हणून सगळा धीर गोळा करून जरा जोरात ठोठावला. या वेळी मात्र आत जरा हालचाल जाणवली. रेडिओच्या आवाजावर जाईल अशा उंच आवाजात, 'आल्येऽऽ आल्ये... या भलत्या वेळी कोण आलं बाई?' असं स्वत:शीच बोलत घरमालकिणीने दरवाजा उघडला. अरे, या तर सत्यभामाकाकू! अरे बापरे! या सत्यभामाकाकू तर येणाऱ्या-जाणाऱ्यावर खेकसणाऱ्या, भाजीवाल्याशी मोठमोठ्याने हुज्जत घालणाऱ्या,

क्रिकेटचे चेंडू जप्त करणाऱ्या– याच त्या सत्यभामाकाकू! इथे मला असा घाम फुटू पाहत असताना बिचाऱ्या सत्यभामाकाकू मात्र बुचकळ्यात पडल्या होत्या. त्या जुन्या वाड्यातल्या अंधाऱ्या व्हरांड्यात प्रथम त्यांना काहीच दिसलं नाही. वाड्यातल्या कोणत्या तरी टारगट कार्ट्यानं जाता-जाता कडी वाजवून पळ काढला, अशी त्यांची खात्री होऊ घातली होती. पण तेवढ्यात माझ्या हातातली पिशवी गळून जमिनीवर पडली. त्या आवाजाने त्यांची दृष्टी खाली वळली आणि मला पाहून 'अरे, उषेचा ना तू? इथे काय करतोयस? चल, आत ये– आत ये. बाहेर ऊन केवढं रणरणतंय!' असं म्हणत त्यांनी माझा ताबा घेतला. चुकून सिंहाच्या गुहेत शिरल्यावर त्या सिंहाने गर्भगळीत करून सोडणारी डरकाळी फोडण्याऐवजी या-बसा... काय चहा घेणार का– असं आदरातिथ्य करायला सुरुवात केली, तर माणूस जसा चक्रावून जाईल तशी माझी अवस्था झाली. कपाळावरून घामाचे ओघळ वाहू लागले होते, ते वाटेतच जिरून गेले. बोबडी वळली होती ती पुन्हा पूर्ववत् झाली. काकूंनी प्रेमाने आणून दिलेले पाणी पिऊन, त्यांनी हातावर ठेवलेला शेंगदाण्याचा खुसखुशीत लाडू खाण्यात मी एवढा गर्क होऊन गेलो की, साबणविक्री वगैरे सगळं मी साफ विसरून गेलो. पण ही भली मोठी, जड पिशवी घेऊन भर दुपारी हे पोर आपल्याकडे का आलंय, हे जाणून घेण्याची उत्सुकता अनावर होऊन सत्यभामाकाकूंनीच पृच्छा केली. खाल्ल्या लाडवाला जागून मीही त्यांना सगळं सविस्तर सांगितलं. कोणी किती साबण घेतला, कोणत्या साबणाचं मला जास्त कमिशन मिळतं वगैरे सगळं सांगितलं. त्यांनीदेखील 'काय बाई आजकालची मुलं चुणचुणीत! पाहा कसा घडाघडा बोलतोय!' असं मलाच माझं गुणवर्णन ऐकवलं आणि भरघोस साबणखरेदी केली. मी तर एकदम खूश होऊन गेलो. हे साबणविक्रीचं काम भलतंच सोपं निघालं. लाडू खाऊन तोंड गोड झालं, स्तुती ऐकून कान तृप्त झाले आणि खिसा गरम झाला तो वेगळाच!

पहिल्याच चेंडूवर असा षटकार मारल्यामुळे माझा आत्मविश्वास भलताच वाढला होता. तरातरा जाऊन मी शेजारच्या घराची कडी वाजवली. चांगली खणखणीत. पण काहीच उत्तर आलं नाही. कसलाही आवाज आला नाही. पण मी एवढ्याने नाउमेद होणार नव्हतो. थोडं थांबून मी परत दार ठोठावलं. तरीही काही जाग नाही. मी परत कडीला हात लावला आणि तेवढ्यात कोणी तरी बोललं. मी दचकलो, कारण हा आवाज आतून आलेला नव्हता, शेजारून आला होता. माझा हा सर्व खटाटोप सत्यभामाकाकू दाराच्या फटीतून पाहत

होत्या. शेवटी न राहावून त्यांनी मला सांगितलं, 'इथे नाही कोणी घेणार काही बरं का, बाळ. सगळी माणसं कामावर गेलीत. रात्री उशिरानं येतात ते घरी. जा हं तू आता...' त्यांनी मला 'बाळ' म्हटलेलं मला आवडलं नाही, पण त्याकडे दुर्लक्ष करून मी तिथून हललो.

जिना उतरून तळमजल्यावर आलो आणि घराकडे वळणार इतक्यात जिन्यामागच्या अंधारात दडलेलं एक दार दिसलं. इथे तरी पाहू या कोणी आहे का, अशा आशेने मी जरा दबकतच दाराची कडी वाजवली. उगाच वरती काकूंना ऐकायला जायला नको. कडी वाजल्याचा परिणाम म्हणून काही तरी चुळबूळ झाल्याचा निश्‍चित आवाज झाला, म्हणून मी सरसावून तयार झालो. पण दार काही उघडलं नाही. थोडं थांबून मी जरा जोरात कडी आपटली. या वेळी मात्र 'आलो...' असं पुरुषी आवाजात उत्तर आलं. पण तरीही बराच काळ दार उघडलं नाही. आता थांबावं की जावं, अशा द्विधा मन:स्थितीत असताना, खडबड-खडबड कडी उघडल्याचा आवाज होऊन दार कुरकुरत उघडलं आणि काळोख्या खोलीच्या उंबऱ्यात उभ्या असलेल्या सीतारामाचं मला दर्शन झालं. अभावितपणे माझे हात जोडले गेले आणि त्याच वेळेस माझा वेडेपणा लक्षात येऊन ओशाळून मी झट्कन् ते खालीही घेतले. हा सीताराम मला नेहमी अंधारातच का दिसतो, असा प्रश्‍न क्षणभर मला पडला. सुदैवाने सीतारामच्या ध्यानी यातलं काही आलं नाही. तो डोळे चोळत बाहेरच्या भगभगीत प्रकाशाला दृष्टी सरावून घेण्याचा निकराचा प्रयत्न करत होता. दुपारची लागलेली छान डुलकी या कार्ट्याने मोडली याची नाराजी आणि त्रागा त्याच्या चेहऱ्यावर स्वच्छ लिहिलेला होता. तो त्रागा त्याच्या मुखातून प्रकट होऊ घातला होता, पण तेवढ्यात त्याची दृष्टी पूर्ववत् होऊन त्याने मला ओळखले आणि त्याने नुसतेच 'काय हवंय बाळ?' असं शक्य तितक्या सौम्य स्वरात विचारले. 'स... साबण.' यावर सीताराम इंग्रजीत ज्याला 'नॉनप्लस' म्हणतात तसा झाला. 'हात धुण्याचा की कपड्याचा?' त्याने अडखळत विचारले. 'दोन्ही!' आतापर्यंत अडून राहिलेला माझ्यातला विक्रेता मोकळा होऊन मी सफाईने, जगातला सर्वोत्तम धुलाईचा साबण ५०१ बार आणि सिनेतारकांच्या सौंदर्याचे रहस्य असलेला लक्स, पोतडीतून काढून त्याच्या चेहऱ्यापुढे नाचवले. 'कशाला?' सीतारामला अजूनही काय घडते आहे याचे पुरेसे आकलन होत नव्हते. 'दिवाळी... मोती साबण.' मी ५०१ बार पिशवीत परत टाकला आणि मोती साबणाची थाळीएवढी मोठी गोल वडी पेश केली. त्या सुंदर सुबक वडीच्या प्रभावाने असेल कदाचित, पण

सीतारामाचा हात नकळत पुढे झाला. त्याच्या मजबूत पंजात ती चकचकीत पारदर्शक कागदात गुंडाळलेली वडी लिमलेटच्या गोळीसारखी सामावून गेली.

'ही... ही केवढ्याला?' त्याने नाइलाजाने आणि काहीशा भीतियुक्त आवाजात विचारले. 'दोन रुपयाला एक. पाच रुपयाला तीन. खूप छान वास आहे. अजून दुसरेपण आहेत वास. दाखवू?'

'नको, नको. हीच एक पुरे आहे' सीताराम म्हणाला. 'खरं म्हणजे हीही नको आहे... किंबहुना हवी आहे. पण परवडतीय कुठे? इथे दोन वेळच्या जेवणाचे फाके पडतायत आणि मोती साबण घेऊन काय करू...?' माझ्या मन:चक्षूंनी मी जेव्हा हा प्रसंग पाहतो, तेव्हा हे पुढचं आक्रंदन त्याच्या चेहऱ्यावरच्या आविर्भावांतून, त्याच्या हालचालींतून व्यक्त झालेलं मला स्पष्ट ऐकू येतं. तेव्हा मात्र बालसुलभ उत्साहात मला फक्त कमिशन दिसत होतं. एकच वडी खपणार, म्हणून मी हिरमुसलो होतो. 'ही ठेवतो. थांब हं जरा तू इथे. मी पैसे घेऊन येतो. किती म्हणालास हिचे?'

'दोन रुपयाला एक, पाचला तीन.' मी सराईतपणे उत्तर दिलं.

'हं... हं' असं कसंनुसं हसून सीताराम त्या मागच्या अंधारात अदृश्य झाला. आधी खुंटीवरच्या पायजम्याचे खिसे चाचपणारी त्याची आकृती दिसत राहिली. नंतर मात्र तो पलीकडच्या खोलीत गेला आणि मग बराच काळ डब्यांची खुडबुड कानांवर येत राहिली. मी ताटकाळून गेलो. काय करावं, ते समजेना. आत घरात शिरायची भीती वाटत होती. बरं, सीतारामाला नावाने हाक मारू नये, हे उमजण्याइतपत अक्कल होती. कडी वाजवावी, तर तेही धाडस होईना. तसाच चुळबुळत उभा राहिलो.

शेवटी अनंत काळ लोटल्यावर सीताराम बाहेर आला. एव्हाना माझी अख्खी भीमरूपी म्हणून झाली होती. केविलवाण्या चेहऱ्याने त्याने माझ्या हातात घामाने ओली झालेली, अनेक घड्या पडून फाटू घातलेली चिकट अशी एक रुपयाची नोट आणि काही झिजवट नाणी ठेवली. "हे बघ बाळ, माझ्याकडे सुटे आता एवढेच आहेत बरं का. उरलेले आठ आणे उद्या दिले तर चालतील का?" सुट्या पैशाची सबब सांगून तो वेळ मारून नेतो आहे, घरात खाली-वर धुंडाळूनसुद्धा एवढेच पैसे हाताशी आलेत, हे मला त्या क्षणी समजलं. एक क्षणभर आमची नजरानजर झाली. अर्धं आयुष्य उमटलेल्या कर्त्या पुरुषाकडे दहा-बारा वर्षांच्या पोराला देण्यासाठी आठ आणे नसावेत, या वस्तुस्थितीची दारुण यातना मला त्या नजरेतून जाणवली. ती तेव्हा समजली नाही; वयच

नव्हतं ते, ती चाळीस वर्षांनंतर समजली. कारण ती नजरभेट मी कधी विसरू शकलो नाही. त्या क्षणी आपलं काही तरी चुकलं याची जाणीव होऊन मी खजील झालो. काही न बोलता नुसती मान हलवून मी परत जाण्यासाठी वळलो. ''बाबांना नमस्कार सांग बरं का...''

तिथून सरळ घरीच आलो. साबणविक्रीचा सगळा उत्साह गळून गेला होता. सगळा प्रसंग मी आईला सांगणे आणि तिने संध्याकाळी बाबांच्या कानांवर घालणे क्रमप्राप्त होते. सीतारामला कशाला साबण विकायचा– बाबांचा प्रश्न. ''बरं, आता झालं ते झालं; मी बघतो काय करायचं ते. तू पळ खेळायला.'' दुसऱ्या दिवशीपर्यंत मी हा प्रसंग विसरूनही गेलो होतो, पण बाबा विसरले नव्हते. शनिवारी भल्या सकाळी मला उठविण्यात आलं. अंघोळ करून कुरकुरत बाबांबरोबर मारुतीच्या दर्शनाला जावं लागलं. सीताराम नेहमीप्रमाणे त्याच्या धीरगंभीर आवाजात भीमरूपी म्हणत उभा होता. दीनवाणेपणाचा लवलेशही त्याच्या आविर्भावात नव्हता. ते पाहून मला मनोमन बरं वाटलं. नारळ, हार, त्याबरोबर पेढ्यांचा पुडा आणि खणखणीत दोन रुपयांची दक्षिणा देवापुढे ठेवण्यासाठी बाबांनी माझ्या हातात ठेवली. सीतारामच्या पायांवर डोकं ठेवून नमस्कार करायला खुणावलं. सीतारामाने प्रसन्न हसून मला आशीर्वाद दिला. पेढा आणि खोबरं हातावर ठेवलं. त्याच्या नजरेस नजर द्यावी लागू नये, म्हणून मी डोळे मिटूनच तो गट्ट केला. मारुती मंदिराच्या थंडगार काळोख्या गाभाऱ्यात द्रोणागिरी उचलून घेतलेल्या त्या मारुतीसारखाच दिसणारा सीताराम भीमरूपी स्तोत्र म्हणत राहिला.

■

एका कोळियाने

एका कोळियाने जाळे बांधिले कोन्यात
किडेमकोडे धरून पोट भरेन म्हणत

कोना अंधारा काळोखा, येई वारा न झुळुका
डास माश्यांचा चालला तेथे वावर सारखा

जाळे बांधले सुंदर, मधोमध बरोबर
खालीवर जाण्यासाठी केली सोय अगोदर

जाळे नेटके बांधून कोळी थांबला दमून
विश्वकर्म्याच्या डोळ्याने जाळे पाही निरखून

एकदोन कच्चे धागे त्याने फिरून जोडिले
तुरूतुरू मध्यभागी त्याने बस्तान मांडिले

असा किती वेळ गेला, जाळे हलले जोराने
दचकून हिसक्याने काही पाहिले कोळ्याने

रूप डोळ्यांत ठसले, हास्य प्रसन्न दिसले
अवचित नकळत भान कोळ्याचे पुसले

विसरला सारेकाही जाळे माशा त्याच क्षणी
झाले मन त्याचे शांत पाहूनिया पद्मपाणी

पद्मपाणी सुहासित अर्धमिटल्या नेत्रांनी
करी चिंतन विश्वाचे हाती कमळ घेऊनी

कडेकपारी लेण्यात राहतसे सर्वकाळी
पद्मपाणी एकलाच आणि सोबतीला कोळी

उल्का, अशनी, डायनोसॉर्स आणि 'प्रिय अमुचा...'

रात्री झोपताना छताकडे डोळे लावून झोपण्याची माझी सवय. आजही तसाच पडलो. नेहमीप्रमाणे अंधारात छत कोठे आहे, हे पाहण्याच्या प्रयत्नात पापण्या जड होऊन झोप लागेल– ही अपेक्षा. पण आज काही वेगळाच अनुभव येतोय. मी जे पाहातोय ते छत नाही, अथांग अंतराळ आहे... त्या काळ्या अवकाशात छोटे-छोटे ठिपके– सोनेरी, लालसर, पांढुरके, निळसर. त्यातच एक फिकट ठिपका अगदी दिसेल न दिसेल असा. पण आज तो मला अगदी स्पष्ट दिसतोय. इतर ताऱ्यांप्रमाणे हाही एका जागी स्थिर नाही. प्रचंड वेगाने तो ठिपका अगदी थेट माझ्याकडेच धाव घेत आहे, हे मला ठाऊक आहे. जरी डोळ्याला तो पुसट बिंदू एखाद्या ताऱ्याप्रमाणे भासला तरी तो तारा नाही, ग्रहही नाही; एक छोटासा पाषाण आहे. संजयासारखी दूरदृष्टी मला आज प्राप्त झाली आहे. त्यामुळे मी त्या पाषाणाला निरखून पाहू शकतो. सुमारे पन्नास मीटर (एकशेपन्नास फूट) लांबी-रुंदीचा हा खडक अफाट अवकाशात नगण्य दिसला तरी पृथ्वीवर त्याचा आकार माझं घर अन् दोन्ही बाजूच्या शेजाऱ्यांची घरं झाकून टाकेल असा. खाचखळगे-कंगोरे असलेला तो कठीण पाषाण प्रस्तरारोहणासाठी लोकप्रिय झाला असता. संथपणे स्वत:भोवती फिरत पण सुसाट वेगाने तो पृथ्वीतलाकडे धावतो आहे, ज्योतीवर झेपावणाऱ्या पतंगाप्रमाणे. परंतु पतंग जसा जळून जातो, तसा हा 2012 DA14 मात्र जळून जाणार नाही. हो, या दगडाचं बारसं झालेलं आहे. जे खगोलतज्ज्ञ या खोडकर बाळावर लक्ष ठेवून आहेत, त्यांनीच याचं नामकरण केलं आहे. आणि हा ॐ१४ जरी पृथ्वीच्या अगदी निकट येणार असला तरी आदळून स्फोट पावणार नाही, अशी खात्री त्यांनी दिलेली आहे. मी त्यांच्यावर पूर्ण विश्वास ठेवलेला आहे (न ठेवून सांगतो कुणाला?). कळेलच उद्या काय होतं ते.

DA१४ पृथ्वीवर पदार्पण करणार नसला तरी, असाच एक दगड १९०८ मध्ये रशियातल्या सैबेरियामध्ये अवतरला होता. पृथ्वीवर जे दगड येऊन पडतात, त्यांना अशनी म्हणतात. आकाश ही एक निर्वात पोकळी आहे, असे आपण समजत असलो; तरी त्यात अगदी धूलिकणाहून बारीक ते मोहरीएवढे, वाटाण्याएवढे, लिंबाएवढे, चेंडूएवढे, गाडीएवढे, घराएवढे, डोंगराएवढे आणि त्याहूनही मोठे खडक, अखंड पाषाण संचार करीत असतात. कधी कधी ते भुसभुशीत आणि वालुकामय पण असू शकतात. यांना आपण मिटिओराइड्स किंवा ॲस्टेरॉइड्स म्हणतो. आकाशात कधी कधीच दर्शन घेऊन धडकी भरवणाऱ्या धूमकेतूंपेक्षा हे वेगळे असतात, दिसतात आणि वागतात. पण त्याबद्दल नंतर. असा एखादा मोहरीएवढा कण जेव्हा पृथ्वीच्या वातावरणात प्रवेश करतो, तेव्हा त्याचा वेग अफाट असतो (सेकंदाला साठ मैलसुद्धा असू शकतो). जमिनीपासून ऐंशी-शंभर किलोमीटर उंचीवर वातावरण अगदी विरळ

असले, तरी या वेगाच्या परिणामी हवा संकुचित पावून घर्षणाने तापते आणि काही क्षणांतच तो कणदेखील जळून खाक होऊन जातो. आपल्याला एक छान दृश्य दिसतं, दिवाळीत बाण उडवल्यासारखं. आपण त्याला उल्कापात म्हणतो. पण खरं म्हणजे पात काही झालेला नसतो, उल्का वातावरणातच वरच्यावर जळून गेलेली असते.

लहानपणी माझी समजूत होती की– आकाशाला जे तारे चिकटवलेले असतात, त्यांतलाच एखादा निखळून पडतो तोच म्हणजे उल्का. बालबुद्धीला पटणारं आणि त्या वेळच्या अनुभवविश्वाशी जुळणारं असंच हे स्पष्टीकरण होतं. त्या वेळी नुकतीच पारदर्शक सेलोटेप मिळू लागली होती आणि आवडीची चित्रं-फोटो मासिकातून कापून भिंतीवर चिटकवण्याचा एक नवाच छंद मला लागला होता. या टेपची चिकटक्षमता जेमतेमच असे आणि काही ध्यानी-मनी नसताना चिकटवलेलं एखादं चित्र भिंतीवरून अचानक निखळून पडायचं, हा नित्याचा अनुभव होता. मात्र एक फरक होता. टेप जरी चित्र भिंतीला खिळवून ठेवू शकत नसली, तरी डाग मात्र कायमचा राहत असे. आकाशातला तारा निखळून पडला की त्याची काहीच निशाणी राहत नसे. याचा गैरफायदा माझे मोठे भाऊ घेत असत. कोजागरी पौर्णिमेला हटकून सर्व जण घराच्या गच्चीवर दुग्धपानासाठी जमत. गप्पागोष्टी-गाणी चालू असताना कोणाला तरी आकाशाकडे पाहायला सुचे. चंद्रदर्शन घेत असताना कोणाला तरी उल्का पडताना दिसायची. वर उल्का ही गोष्ट अशी की, ती पापणी लवायच्या आत अदृश्य झालेली असते. कोणी कोणाला दाखवून दिसणारी ही चीज नाही. (नसे. आताच्या मोबाईल फोन, फेसबुक, यूट्यूब आणि ट्विटरच्या जमान्यात कोणताही वैयक्तिक अनुभव क्षणार्धात सार्वत्रिक, वैश्विक होऊ शकतो.) तसं उल्का पाहणं हे आपल्याकडे अशुभ समजत असत, पण कदाचित त्यामुळेच उल्का पाहण्याची तीव्र उत्कंठाही असे. पण अशी हवी म्हणून पाहायला मिळाली तर ती उल्का कुठली!** माझी उत्सुकता माहीत असल्याने ते दुष्ट भाऊ 'अरे... ही पाहा' असे म्हणून लक्ष वेधून घेत. अर्थातच, मला काही दिसत नसे. मुळात त्यांनी खरोखरच उल्का पाहिलेली असे की नाही, याविषयीच मला आता शंका आहे. पण मग ते मलाच दटावत– "तुला दाखवली तेव्हा लगेच पाहायला काय होतं? तू वेळ घालवलास..." तेवढ्यात दुसऱ्या भावाला दुसरीकडे उल्का दिसलेली असे आणि मी कितीही डोळे फाडून पाहिलं तरी मला काही केल्या दिसत नसे. भरीसभर म्हणून शेजारच्या घराच्या पत्र्यावर खडे टाकून ते 'साऊंड

इफेक्ट'देखील निर्माण करीत असत. मी रडवेला होईपर्यंत हा क्रूर खेळ चालू राही. मग आई किंवा आजी मधे पडून त्यांना दटावी आणि माझी सुटका करीत. दुसऱ्या दिवशी मी उन्हाने तापलेल्या त्या पत्र्यावर जाऊन ते खडे शोधत राही.

खरं तर पृथ्वीवर रोज असे हजारो उल्कापात होत असतात. रोज सुमारे वीस ते चाळीस टन (होय, टऽन) एवढा ऐवज अवकाशातून पृथ्वीतलावर येत असतो. पण कोजागरीची एक संध्याकाळ सोडली, तर वर आकाशाकडे पाहायला वेळ आहे कोणाला? सुदैवाने यातला बहुतांश सर्व 'माल' वरच्यावर जळून जातो. कारण हे धूलिकण मोहोरी किंवा वाटाण्याएवढेच असतात. त्याहून मोठा खडा आलाच, तर त्याचा प्रकाश फारच तेजस्वी असतो आणि जरा जास्त काळ टिकतो. असा दगड चेंडूएवढा असला, तर उष्णता व दाब सहन न होऊन तो फुटतो आणि भुईनळ्याप्रमाणे आतषबाजी झालेली दिसते. मोठा असल्यामुळे असा दगड वातावरणात थोडा अधिक खोलवर शिरतो, परंतु तरीही तो वरच्यावरच विरून गेलेला असतो. जेव्हा दगड फारच मोठा असतो, तेव्हा उष्णता आणि दाब यांच्या परिणामामुळे तो थालिपीठासारखा चपटा बनतो. त्याचे तुकडे पडतात. ते जळू लागतात. पण सर्व तुकडे वरच्यावर जळून न जाता काही तुकडे तरी प्रचंड आवाज करीत जमिनीवर येऊन आदळतात. अशा वेळी आपण 'अशनीपात झाला' असं म्हणतो. DA१४ पन्नास मीटर (एकशे पन्नास फूट) लांबी-रुंदीचा असल्याने तो जर वातावरणात शिरला, तर तो मोठाच अशनी बनेल यात काही शंकाच नाही.

रशियात १९०८ मध्ये आलेला अशनी (ॲस्टेरॉइड) हे अलीकडच्या काळात अशनीपाताचं सर्वांत मोठं उदाहरण. आणि आज शंभर वर्षे होऊन गेली तरी या अशनीपाताचे रहस्य पूर्णपणे उलगडलेले नाही. झालं ते बहुधा असं झालं असावं– सुमारे सत्तर मीटर*** आकाराचा एक मोठा खडक– ठिसूळ खडक– आपल्या पृथ्वीच्या वाटेत आडवा आला. त्याचा मार्ग पृथ्वीला स्पर्श करून जाणारा होता, त्यामुळे पाण्यावर टाकलेल्या भाकरीसारखा त्याचा आघात झाला आणि त्याचा स्फोट जमिनीजवळ परंतु हवेत झाला. हे जिथे घडलं, तो सैबेरियातला तुंगुस्का खोऱ्याचा परिसर दलदलीचा, दुर्गम आणि जंगली असल्यामुळे सुदैवाने जीवितहानी झाली नाही. तरीही आघातस्थळापासून शेकडो मैल अंतरावर असलेल्या लोकांना या स्फोटाच्या धक्क्याने भुईसपाट केले होते. अनेक अडचणींवर मात करून अनेक वर्षांनी जेव्हा संशोधकांची तुकडी त्या ठिकाणी पोहोचली, तेव्हा ते कल्पनातीत दृश्य पाहून ते आश्चर्यचकित

झाले. त्यांना कोणतेही विवर अथवा अशनीचे तुकडे सापडले नाहीत; परंतु हीच स्फोटाची जागा– अशी खात्री पटवणारं दृश्य त्यांनी पाहिलं. जसे ते या अशनीच्या शोधार्थ निघाले, तेव्हा अपेक्षित स्थळाच्या शेकडो किलोमीटर आधीच त्यांना झाडे उन्मळून पडलेली दिसली. परंतु एरवी वादळात उन्मळून पडलेली झाडे जशी अस्ताव्यस्त पडलेली असतात तशी ही झाडे नव्हती. नीट रचून ठेवल्यासारखी ती सर्व एकाच दिशेने (स्फोट झालेल्या ठिकाणाच्या विरुद्ध दिशेने) पडलेली होती. त्या मार्गाने वेध घेत जेव्हा ही तुकडी स्फोटस्थळी पोहोचली, तेव्हा त्या ठिकाणापासून सर्व दिशांनी वर्तुळाकार झाडे पडलेली त्यांना दिसली. परंतु या ठिकाणी मात्र झाडे उभी होती; फक्त त्यांच्या फांद्या, पाने वगैरे सर्व काही नाहीसे होऊन झाडांचे फक्त सांगाडे राहिलेले होते. (सैबेरिया असल्यामुळे जंगल सूचिपर्णी वृक्षांचे होते). याच ठिकाणी हवेत स्फोट झाल्यामुळे असं झालं असणार, असा अंदाज त्यांनी तेव्हा केला. सदतीस वर्षांनंतर तेव्हा अणुबाँबच्या चाचण्या झाल्या, तेव्हा अशाच तऱ्हेने झाडे पडलेली दिसली. या स्फोटाची संहारकशक्ती हिरोशिमा आणि नागासाकीवर टाकण्यात आलेल्या बाँबच्या कित्येक पटींनी जास्त होती. जर हा स्फोट मुंबई, न्यूयॉर्क किंवा लंडनसारख्या शहरावर झाला असता; तर केवढा हाहाकार झाला असता, याची कल्पनाच करवत नाही.

योगायोगाची गोष्ट म्हणजे, हे लिहीत असतानाच बातमी ऐकली की– आताच आणि पुन्हा एकदा रशियातच एक मोठा अशनी पडला. DA१४ चा आणि याचा काही संबंध नाही, असं प्रथमदर्शनी दिसतं. हजारो खिडक्यांच्या काचा फुटून बरेच लोक जखमी झालेत, परंतु जीवितहानी झाली नाही. हे एकविसावं शतक असल्याने अर्थातच त्याचे शेकडो व्हिडिओज् यू-ट्यूबवर उपलब्ध आहेत, हे सांगायला नकोच. याउलट तुंगुश्का स्फोट नक्की कोठे झाला, हे गूगलच्या नकाशावर शोधायलादेखील मला बरेच प्रयास करावे लागले.

तुंगुश्का नदीचं खोरं हा एक दलदलीचा प्रदेश आहे म्हणून विवर झालं नसेल; पण पन्नास हजार वर्षांपूर्वी अमेरिकेतल्या ॲरिझोना राज्यात जो अशनी पडला, त्याने निर्माण केलेले विवर हे सुमारे दीड किलोमीटर व्यासाचे आहे. आणि हा अशनी सुमारे पन्नास मीटर असेल आकाराने (म्हणजे DA१४ एवढाच). महाराष्ट्रात लोणार येथे जे विवर (आणि खाऱ्या पाण्याचे सरोवर) आहे, तेदेखील सुमारे पन्नास हजार वर्षांपूर्वीचे आहे. पण या सगळ्यांचा बाप,

आजा किंवा पणजा म्हणावा असा एक अशनीपात फार-फार पूर्वी झालेला आहे. किंबहुना, या अशनीमुळेच आज मनुष्यजात अस्तित्वात आहे, असं काही (बऱ्याच) तज्ज्ञांचं मत आहे. ही गोष्ट आहे पासष्ट दशलक्ष वर्षांपूर्वीची. तेव्हा पृथ्वीतलावर डायनोसॉरचं अनभिषिक्त राज्य होतं. सशाएवढे चिमुकले आणि हत्तीदेखील ज्यांच्यापुढे सशासारखे दिसतील, असे प्रचंड आकाराचे आणि चार पायांवर चालणारे, दोन पायांवर धावणारे, उडणारे तसेच मांसाहारी व शाकाहारी अशा सर्व प्रकारांचे डायनोसॉर्स सर्वत्र मुक्त संचार करीत होते. अशा वेळी हा अशनी टपकला. सुमोर सहा मैल लांबीचा हा अगडबंब अशनी सेकंदाला दहा मैल वेगाने येऊन आदळला. तो महाकाय पाषाण एव्हरेस्ट पर्वताहूनही उंच असल्यामुळे जेव्हा तो एकीकडे जमिनीत घुसत होता, तेव्हा त्याचे दुसरे टोक अजूनही वातावरणाच्या बाहेर डोकावीत होते.

उल्का पडताना पाहणं अशुभ, ही बोली डायनोसॉर्सच्या बाबतीत अगदी तंतोतंत खरी ठरली. हा अशनी जर रात्रीच्या वेळी पडला असला, तर त्याच्या तेजाने डोळे दिपून ते नक्कीच जागे झाले असणार. आपल्या थोटक्या पुढच्या पायांनी डोळे झाकायचा निष्फळ प्रयत्न त्यांनी केला असणार. आणि जर दिवसा याचं आगमन झालं असलं, तरीदेखील त्याच्या प्रखर प्रकाशामुळे प्रत्येकाच्या दोन-दोन सावल्या पडल्या असणार. तेव्हा 'अरे, हे काय?' या अर्थाने डायनोसॉरियन भाषेत जे काही उद्गार करत असतील, ते पूर्ण होण्याआधीच खेळ खलास! या अशनीची संहारक शक्ती इतकी होती की, प्रत्यक्ष स्फोट होण्याआधी शॉकवेव्हनेच हजारो किलोमीटर क्षेत्रफळातले जीवन नष्ट झाले. अशनी आदळल्यावर बसलेल्या हादऱ्याने आणखी संहार झाला. हा अशनीपात जिथे झाला, ती जागा आजच्या मेक्सिको (मेहिको) देशातल्या युकॅटन प्रांतात समुद्रकिनाऱ्यावर आहे (chicxulub crater). हा डोंगर समुद्रात कोसळल्यामुळे तिथल्या पाण्याची वाफ होऊन गेली आणि सागरी जीवन संपुष्टात आले. पण हा संहार म्हणजे केवळ 'ट्रेलर' होता, खरा ड्रामा तर अजून व्हायचाच होता. समुद्रात हलचल झाली म्हणजे सुनामी लाट निर्माण होणार, हे आता आपल्याला चांगलंच समजलंय. सन २००४ आणि २०११ मध्ये ज्या सुनामी आल्या, त्यांनी काय हाहाकार उडविला याची आठवण अजून ताजी आहे. हिंदी महासागरातली २००४ ची सुनामी मद्रासच्या किनाऱ्यावर पोहोचली होती. ही सुनामी सुमारे नऊ मीटर (तीस फूट) उंच होती आणि तशी मंदगती, म्हणजे मोटारगाडीच्या वेगाने धावणारी होती; तरीदेखील या सुनामीमुळे जगभरात अडीच लाखांहून

अधिक लोक मृत्युमुखी पडले.

मेहिकोमध्ये पडलेल्या अशनीने निर्माण केलेली सुनामी शेकडो मीटर उंचीची आणि विमानाच्या गतीने धावणारी असेल. जमिनीवर आणि पाण्यात असा प्रलय घडवूनही त्या अशनीचे समाधान झालेले नव्हते, असे दिसते. कारण तिच्या आदळण्यामुळे पृथ्वीच्या अंतर्भागातले लाखो टन वजनाचे दगड, धूळ आणि लाव्हा वातावरणात लोटले गेले. हे उडालेले दगड वातावरणाबाहेर जाऊन बॅलिस्टिक मिसाईलप्रमाणे पृथ्वीवर ठिकठिकाणी येऊन पडले. मेहिकोत जे घडले, त्याची छोटी पुनरावृत्ती साऱ्या पृथ्वीवर हजारो वेळा घडली. जागोजागी आगी लागून जे जळण्यासारखे होते, ते जळून गेले. त्या प्रचंड वडवानलाच्या धुराने सारे आकाश झाकोळून गेले आणि सूर्यप्रकाश जमिनीवर पोहोचेना. भरीस भर म्हणजे, या अशनीमध्ये असलेले क्लोरिन आणि ब्रोमिन मुक्त होऊन वातावरणातला संरक्षक असा ओझोनचा थर (ozone layer) नष्ट होऊन गेला. उडालेल्या धुळीतील मिनरल्सचे रूपांतर नायट्रेट्समध्ये आणि पर्यायाने नायट्रिक ॲसिडमध्ये होऊन त्याचा विषारी पाऊस पडला. हळूहळू आगी विझल्या आणि उलटया दिशेने प्रवास सुरू झाला. अचानक हिमयुगाला सुरुवात झाली. पहिल्या आपत्तीतून वाचलेले अनेक जीवजंतू आणि झाडेझुडे या नव्या संकटात बळी पडली. जमिनीवरची आणि सागरातली फूडचेन पूर्णतया विस्कळीत होऊन पृथ्वीवरचे तीन-चतुर्थांश जीवन नष्ट झाले. कालान्तराने परिस्थिती हळूहळू बदलत गेली आणि जीवनानेही नवनवे मार्ग शोधले. एकूणच, मॅमल्स आणि विशेषकरून एप्स् हे या नव्या युगात अधिक यशस्वी झाले. माणूस धरणीवर अवतरला आणि पाहता-पाहता पृथ्वीपती झाला. ही सगळी त्या अशनीची कृपा. मात्र या अशनीने सर्व डायनोसॉर्सचा खातमा केला, असे वाटून दुःखी होऊ नका. पक्षी हे डायनोसॉर्सपासूनच विकसित झाले आणि त्यांच्या रूपाने डायनोसॉर्स आजही अस्तित्वात आहेत. या सगळ्या प्रकोपातून तावून-सुलाखून निघालेले इतरही काही प्राणी आजही आपल्यामध्ये वावरत असतात. कासव, मगर आणि अत्र-तत्र-सर्वत्र– झुरळ! पुढच्या वेळी झुरळ मारण्याआधी हातात झाडू घ्याल, तेव्हा हे ध्यानात घ्या की– सहा मैल लांबी-रुंदीच्या डोंगराएवढ्या अशनीला जे जमलं नाही, ते तुम्ही साध्य करू पाहत आहात. म्हणजे मग झुरळ जेव्हा निसटून जाईल, तेव्हा तुमची फार चडफड होणार नाही.

मुळात हे अशनी, या उल्का येतात कुठून– हा प्रश्न राहतोच उभा. शिवाय धूमकेतू असतात; त्यांचं काय? या प्रश्नांचा उलगडा अगदी अलीकडच्या

काळात झालेला आहे, होत आहे. धूमकेतू (comets) आणि उल्का (meteoroids, asteroids) यांच्यात काही मूलभूत फरक आहेत. पहिला म्हणजे, त्यांचं उगमस्थान आणि दुसरा महत्त्वाचा फरक म्हणजे, त्यांचं स्वरूप (composition). धूमकेतू सूर्यमालेच्या अतिदूरच्या प्रदेशातून येतात. कायपर बेल्ट (Kuiper belt) आणि ऊर्ट क्लाउड (Oort cloud) हे ते प्रदेश होत. त्यांच्या कक्षा अतिलंबवर्तुळाकार असतात. धूमकेतू हे बर्फ आणि वाळूयुक्त दगडांचे ठिसूळ व भुसभुशीत असे असतात. अतिशय लहान आकार आणि खूप दूर अंतरावर असल्याने सूर्याजवळ येईपर्यंत ते सापडणे महाकठीण. सूर्याजवळ आल्यावर उष्णतेमुळे बर्फाचे रूपांतर वायूमध्ये (sublimation) होऊन त्यांना शेपूट (किंवा शेंडी) फुटते आणि ती दूरवर पसरते. त्यामुळे तो धूमकेतू दिसू लागतो. धूमकेतू हे पूर्वी गूढ आणि भीतिदायक म्हणून अशुभ समजले जात होते. आजही त्यांच्याविषयी कमीच माहिती आहे.

ॲस्टेरॉइड्स या सूर्यमालेचाच एक घटक आहेत. त्या वेगवेगळ्या आकाराच्या असल्या तरी चांगल्या घट्ट दगडाच्या बनलेल्या असतात. मूळ आदिमेघापासून सूर्य आणि ग्रह जेव्हा निर्माण होत होते, तेव्हाच या अश्मांचीही (rocks) निर्मिती झाली, असं आता मानलं जातं. बहुसंख्य ॲस्टेरॉइड्स मंगळ आणि गुरू यांच्यामधल्या पट्ट्यात राहून सूर्याभोवती फिरताना सापडतात. काही काळ एक थिअरी (प्रमेय) अशी मांडली गेली होती की– पूर्वी तिथे अस्तित्वात असलेल्या एका ग्रहाच्या झालेल्या या ठिकऱ्या आहेत. या ठिकऱ्या कशा झाल्या याचे स्पष्टीकरण देणाऱ्या आणखी काही थिअऱ्या आहेत; पण आपण त्यात शिरायला नको. नवनव्या थिअऱ्या मांडणे, त्या निरीक्षणाच्या कसोटीवर पारखून घेणे आणि पारखून टिकलेल्या थिअऱ्यांना नव्या निरीक्षणांची जोड देऊन ज्ञानाच्या कक्षा वाढवीत राहणे– हा वैज्ञानिकांचा आवडीचा उद्योग आहे, असे दिसते. किंबहुना, सर्व शास्त्रे याच भरभक्कम पायावर उभी आहेत. म्हणूनच, मानवजातीने गेल्या काही शतकांत विस्मयचकित करून टाकणारी प्रगती केली आहे.

सूर्यमालेची मांडणी पाहिल्यास बुध, शुक्र, पृथ्वी, मंगळ, गुरू, शनी, युरेनस आणि नेपच्यून अशा क्रमाने ग्रहांच्या कक्षा आहेत. प्लुटो अजून आहे तिथेच आहे, पण आता त्याची गणती ग्रहांत केली जात नाही. ढोबळमानाने पाहिलं तर या ग्रहांमधील अंतर चढत्या श्रेणीत आहे, असं दिसतं. बोड आणि टिशियस या दोन वैज्ञानिकांनी अठराव्या शतकात एक फॉर्म्युला बनवला (तेव्हा

शनीपर्यंतचेच ग्रह माहिती होते). पृथ्वीचे सूर्यापासूनचे अंतर दहा असे मानले, तर इतर ग्रहांचे अंतर त्या फॉर्मुल्यातून काढता येत होते. ही झाली थिअरी. तिच्याकडे तेव्हा कोणी फारसं लक्ष दिलं नाही. पण जेव्हा युरेनसचा शोध हर्षलने लावला; तेव्हा असे लक्षात आले की, युरेनसचे सूर्यापासूनचे अंतर त्या फॉर्मुल्याप्रमाणेच होते. विज्ञानात कोणतीही थिअरी मान्य होण्यासाठी प्रथम तिने माहीत असलेले प्रश्न सोडवले पाहिजेत. पण तेवढ्यानेच थिअरी सिद्ध होत नाही. त्यासाठी पुढची कठीण कसोटी म्हणजे, त्या थिअरीने माहीत नसलेले प्रश्नदेखील सोडविले पाहिजेत. म्हणजे थोडक्यात, भविष्य वर्तविले पाहिजे. बोडच्या थिअरीने या दोन्ही पायऱ्या पार केल्या होत्या, म्हणून तिचा भाव एकदम वधारला. ग्रहांमधील अंतरे पाहताना असे दिसते की, मंगळ आणि गुरू यांच्यामधे बरेच जास्त अंतर आहे. बोडने मग भविष्य वर्तविले की, त्या मधल्या जागेत ग्रह सापडायला हवा. त्यानुसार शोध घेताना १८०१ मध्ये एक ग्रह सापडला. सिरस (ceres) असे त्याचे नाव ठेवले, परंतु हा आनंद फार काळ टिकला नाही. कारण सिरस आकाराने फारच लहान होता आणि त्याच जवळपास आणखीही छोटे-छोटे ग्रहखंड सापडू लागले. लवकरच असे लक्षात आले की, इथे असे हजारो दगड आहेत. मग त्यांना एकत्रितपणे ॲस्टेरॉइड्स अशी संज्ञा दिली गेली. ग्रह सापडायला हवा होता, पण दगड सापडले; मग हे दगड कोठून आले? इथेच का आले? म्हणून नवी थिअरी– ग्रह होता, पण तो फुटला; त्याचे हे तुकडे आहेत. हे तुकडे कसे झाले? द्या उत्तर. नवी थिअरी– कोठून तरी एक दुसरा ग्रह आला, याची अन् त्याची टक्कर झाली; झाले तुकडे. असं काय? मग ते तुकडे इथेच का राहिले? दुसरीकडे का नाही गेले? आणि हा दुसरा ग्रह कुठून आला? कधी आला? केवढा होता तो आकाराने? हे असं चालत राहतं. जोपर्यंत थिअरी आणि निरीक्षणाची सांगड जमते तोपर्यंत ठीक, नाही तर कोणताही खेद न करता विज्ञान ती थिअरी सोडून देतं आणि नवी स्पष्टीकरणं शोधू पाहतं. बोडच्या नियमाने (law) जरी सिरस आणि युरेनसची कक्षा बरोबर वर्तवली असली; तरी जेव्हा नेपच्यूनचा शोध लागला, तेव्हा हा नियम लागू पडला नाही. त्यानंतर बोडचा नियम मागे पडला.

पण चुकीचा असला, तरी त्या नियमाच्या आधाराने सिरसचा आणि इतर ॲस्टेरॉइड्सचा शोध तर लागला होता. सध्या या संदर्भात सर्वसाधारणपणे असं मानलं जातं की, इथे ग्रह कधी बनूच शकला नाही. पृथ्वी, शुक्र, मंगळ जसे अनेक छोटे अश्मखंड एकत्र येऊन निर्माण झाले; ती प्रक्रिया इथे मूळ धरू

शकली नाही. याचे कारण– गुरू ग्रहाचे प्रचंड गुरुत्वाकर्षण. या दगडांचे ग्रहात रूपांतर होताना त्यांच्या एकमेकांशी होणाऱ्या टकरा मंदगतीने होणे आवश्यक होते. परंतु गुरूच्या (अव) कृपेने अशा टकरा उलट अतिवेगाने होत राहिल्या आणि त्यामुळे ते एकत्र येण्याऐवजी त्यांची शकले उडत गेली. सिरस, व्हेस्टा अशा चार अतिप्रचंड आणि हजारो मध्यम आकाराचे व लक्षावधी छोटे दगड या पट्ट्यात अनंत काळापासून फिरत आहेत. मात्र यांच्या टकरीतून उडलेली शकले या पट्ट्याबाहेर भरकटतात आणि पृथ्वी, मंगळ, शुक्र यांच्या कक्षा छेदून भ्रमण करीत राहतात. असं फिरत असताना कधी ना कधी पृथ्वीशी गाठ पडते आणि मग होतो अशनीपात. तसा चंद्र बिचारा बरेचसे आघात झेलून आपलं संरक्षण करत असतो, पण त्यालाही चुकवून येतात काही दगड आपल्या दिशेने. मंगळावर आणि चंद्रावर आघात होऊन तिथून उडालेले दगड 'फ्रीलान्सर' बनतात आणि तेही पृथ्वीच्या आकर्षणाने खेचले जाऊन पृथ्वीवर येतात.

आपल्या महाराष्ट्रात लोणार येथे जे प्रसिद्ध विवर आहे, ते अशाच एका चांद्रपाषाणाच्या आघाताने निर्माण झाले असण्याची दाट शक्यता आहे. कारण तिथे चंद्रावर सापडणारी काही मिनरल्स सापडलेली आहेत. बेसॉल्ट दगडात निर्माण झालेले ते पृथ्वीवरचे या प्रकारचे सर्वांत मोठे विवर आहे. पण या साऱ्या गोष्टीशी महाराष्ट्राचा आणखीही पुरातन संबंध आहे.

मेहिकोत झालेल्या अशनीपातामुळे डायनोसॉर्स नष्ट पावले, हे जरी आता सर्वमान्य असलं; तरी त्याआधीची थिअरी अशी होती की, डेक्कन ट्रॅप्समुळे वातावरण जे बदल झाले, त्यामुळे त्यांचा विनाश झाला. होय, डेक्कन ट्रॅप्स म्हणजे आपले दक्खन. अंदाजे साठ ते अडुसष्ट दशलक्ष वर्षांपूर्वी आज जिथे महाराष्ट्र आहे, तिथे ज्वालामुखी कार्यरत झाले. कार्यरत झाले म्हणजे, अगदी निवडणुका जवळ आल्यावर राजकारणी नेते होतात तसे कार्यरत झाले. सुमारे तीस हजार वर्षे भटकत राहून अर्धा भारतदेश भरेल एवढा लाव्हा ओकून मग ते शांत झाले. त्या सगळ्या भानगडीत प्रचंड प्रमाणात सल्फर डायऑक्साईड आणि तसलेच विषारी वायू वातावरणात फेकले गेले. परिणामी, डायनोसॉर्सचे साम्राज्य बुडाले. साम्राज्य बुडविण्याचे गुण या मातीतच आहेत म्हणायचे! 'राकट देशा, कणखर देशा, दगडांच्या देशा..' या ओळी सर्वार्थाने खऱ्या आहेत, हे पटते. आता जरी ही थिअरी मागे पडली असली तरी, डेक्कन ट्रॅप्सची निर्मिती ही घटना मात्र खरोखरच घडलेली आहे.

तर, अशी ओळख आहे ॲस्टेरॉइड्सची. सूर्यमालेतले सूर्याभोवती भ्रमण

करणारे लहान-मोठ्या आकाराचे दगड. हजारो, लाखो, कोट्यवधी दगड. त्यांपैकी जे पृथ्वीच्या कक्षेला छेदून जाणारे आहेत, अशांना 'नीअर अर्थ ऑब्जेक्ट्स' अशी संज्ञा आहे. ही मंडळी कधी ना कधी गडबड करणार, हे लक्षात आल्यानंतर गेल्या काही वर्षांपासून त्यांचा वेध घेऊन त्यांच्यावर लक्ष ठेवायला सुरुवात झालेली आहे. DA१४ हा त्यांतला लहान असा दगड (फक्त १५० फूट लांबीचा). इतका छोटा असूनही त्याचा वेध घेऊन त्याची कक्षा अचूकपणे ठरविणे, हा विज्ञानाचा मोठाच विजय म्हणावा लागेल. डायनोसॉर्सनी २०० दशलक्ष वर्षे सत्ता भोगली. पण त्यांचा काळ आला, तेव्हा ते काही करू शकले नाहीत. त्यांची तशी क्षमताच नव्हती. आपण मानवप्राणी काल आलेलो (३ दशलक्ष वर्षांपूर्वी); पण आपण एवढी प्रगती केलेली आहे की, हे संकट काय आहे ते आपल्याला समजलेले आहे. ते कधी, कसे, कुठे येईल याची थोडी तरी पूर्वसूचना मिळेल, अशी परिस्थिती आज आहे. प्रश्न असा आहे की– जरी पूर्वसूचना मिळाली तरी हे गंडांतर टाळणे आपल्याला शक्य होईल का? DA१४ नुसताच जवळून गेला पृथ्वीच्या. पृथ्वीच्या गुरुत्वाकर्षणाने त्याची कक्षा आता बदलली आहे. आणखी सात वर्षांनंतर तो परतभेटीसाठी येणार आहे; परंतु तेव्हाही धोका नाही, असा वैज्ञानिकांचा निष्कर्ष आहे. DA१४ च्या पुढच्या शंभर वर्षांच्या प्रवासाचा नकाशा त्यांच्याकडे तयार आहे. पण असे अजून हजारो खडक आहेत– काही तर अक्राळविक्राळ आहेत; त्यांच्याविषयी आपल्याला पुरेशी माहितीदेखील नाही. त्यांच्यावर नजर ठेवण्यात आणि होणाऱ्या भावी आपत्ती टाळण्याचे मार्ग शोधण्यात वैज्ञानिक गर्क आहेत. त्यात त्यांना सुयश मिळो, अशा सदिच्छा!

उत्तरार्ध

DA१४ चा पृथ्वी स्पर्शून जाण्याचा सोहळा नासाच्या कृपेने आणि टीव्ही/इंटरनेटच्या चमत्कारामुळे प्रत्यक्ष पाहत होतो. काळ्या पार्श्वभूमीवर एक पांढरा ठिपका पुढे-पुढे सरकत जात होता. तो टीव्हीच्या पडद्याच्या कडेला पोहोचला की, दूरदर्शक (टेलिस्कोप) हलवून तो दृष्टिक्षेपात राहील असे पाहिले जात होते. पूर्वीच्या 'खऱ्या' टंकलेख यंत्रावर (टाइपरायटर) कोणी तरी टक् टक् टक् असे पूर्णविराम टंकीत बसले असावे, तसे. ओळीच्या टोकाला पोहोचल्यावर सर्रकन मागे येऊन पुन्हा सुरू. रंग वाळताना पाहण्यासारखाच चित्तथरारक हा खेळ होता. मधूनच नासाचे शास्त्रज्ञ उद्बोधक माहिती पुरवत

होते. अखेर काउंटडाऊन सुरू झाला– दहा, नऊ, आठ, सात... दोन, एक, शून्य... DA१४ पृथ्वीच्या सर्वांत नजीक येऊन पुढे मार्गस्थ झाला. टीव्हीवरच्या चित्रात कणभरही फरक पडला नव्हता.

पण हा 'मेन इव्हेंट' जरी मिळमिळीत निघाला असला, तरी तो दिवस कायमचा स्मरणात राहील अशी धमाल दुसऱ्याच एका अनपेक्षितपणे आलेल्या अशनीने उडवून दिली. वर उल्लेख केल्याप्रमाणे या दगडानेही रशियामध्येच अवतीर्ण होणे पसंत केले. दिवसाढवळ्या आलेल्या या अशनीला चेल्याबिन्स्क (Chelyabinsk meteor) असे नाव आता देण्यात आले आहे. चांगला वीस मीटर आकाराचा असूनही सुदैवाने याचा स्फोट वातावरणात सुमारे पंचवीस किलोमीटर इतक्या उंचीवर झाल्याने त्याची झळ जमिनीवर लागली नाही, जीवितहानी झाली नाही. हजारो लोकांनी प्रत्यक्ष आणि लक्षावधी लोकांनी यूट्यूब / इंटरनेटवर पाहिल्यामुळे एकूणच ॲस्टेरॉइड्स याविषयी जागृती, थोडे भीतिदायक कुतूहल जगभर निर्माण झाले आहे, ही चांगली गोष्ट. या अशनीचे इतके व्हिडिओ कसे निघाले? भर दुपारच्या वेळी इतके लोक कॅमेरा घेऊन हिंडत का होते... रशियात लोकांना कामधंदा नसतो का? असे प्रश्न साहजिकच पडले. शिवाय यांतले बरेच व्हिडिओ हे चालत्या वाहनांतून काढलेले दिसत होते. ते का? त्याचा खुलासा असा की– सध्या रशियात गाडीमध्ये कायम चालू राहील असा व्हिडिओ कॅमेरा बसवून घेण्याचे फॅड आलेले आहे. जसे आपल्याकडे गाडीत गणपतीची प्रतिष्ठापना करण्याचे आहे किंवा त्यापूर्वी 'मै तो आरती उतारूँ रे' असा वाजणारा रिव्हर्स हॉर्न लावण्याचे आले होते, तसेच. आणि कारणही तेच. आत्मसंरक्षण– अर्थात सेल्फ प्रोटेक्शन! कारण गाडीचा धक्का लागला– असे खोटेच आरोप करून दादागिरी, मारहाण करून पैसे उकळायचे रशियात प्रकार जोरात आहेत. म्हणून लोक कॅमेरा बसवून घेतात. जरा गूगल सर्च करून पाहा. हा अशनी पडला ते काहीच नाही, असे एकाहून एक रोमांचकारी प्रसंग तुम्हाला पाहायला मिळतील.

-----

*प्रिय अमुचा म्हणजे महाराष्ट्र देश, हे चाणाक्ष वाचकांच्या (म्ह. अग्रणी नागरिकांच्या) (senior citizens) ध्यानात आलेच असेल. ज्यांच्या ध्यानात आले नसेल, ते चाणाक्ष नाहीत, असे म्हणण्याचा हेतू नाही. त्यांना कदाचित श्रीपाद कृष्ण कोल्हटकरांची ही कविता (आता महाराष्ट्रगीत) आठवली नसेल. तरुण पिढीला मात्र शंकर महादेवनने गायिलेले हे गाणे नक्कीच ठाऊक असेल.

** असं तेव्हा वाटत असे आणि त्याचं कारण अज्ञान आणि माहितीचा (इंटरनेटचा) अभाव. कोजागरी पौर्णिमा येते आश्विन महिन्यात, म्हणजे इंग्रजी (सोलर) कॅलेंडरप्रमाणे साधारणपणे ऑक्टोबर-नोव्हेंबर महिन्यात. दर वर्षी ह्याच सुमारास पृथ्वीवर ओरायनीड्स मिटिअर शॉवर्स होत असतात. म्हणजे पृथ्वीच्या सूर्याभोवतीच्या वार्षिक भ्रमंतीमध्ये ती ठरावीक महिन्यात अशा ॲस्टेरॉइड्सच्या ढगांतून जात असते. अशा वेळी उल्का दिसण्याची जास्त शक्यता असते. ठरावीक महिन्यात आकाशाच्या वेगवेगळ्या भागांतून (वेगवेगळ्या नक्षत्रांतून) उल्का येत आहेत, असा भास होतो. ऑक्टोबर महिन्यात हा उल्कावर्षाव ओरायन म्हणजे मृग नक्षत्रातून होत असतो. थोडक्यात सांगायचं तर, थोडा अभ्यास आणि पूर्वतयारी केल्यास उल्का पाहण्याची इच्छा निश्चित पूर्ण होऊ शकते. यासाठी शुक्ल पक्षापेक्षा (पौर्णिमा) कृष्ण पक्ष जास्त योग्य.

*** अशनी हे दगड असल्यामुळे दगडाप्रमाणेच त्यांचा आकार वेडावाकडा असतो (irregular); ग्रह जसे गोलाकार असतात, तसा नसतो. त्यामुळे त्यांच्या आकाराचे वर्णन करण्यासाठी मोहोरीएवढा किंवा बसएवढा– असा तुलनात्मक आधार घ्यावा लागतो.

■

हिमस्वप्न

पाने गळालेली भरार वाऱ्याने
झाडे वाकलेली बर्फाच्या भाराने
पांढरे पर्वत, पारवे आकाश
दिशांतून दाहि अद्भुत प्रकाश

स्वर्गाची निळाई पिऊन झोकात
हिमनग इंद्रनिळ होतात
खेचून आणत जलधी जोसात
लोटून देतात प्रचंड प्रपात

पिठोऱ्या हिमाचा नाजूक गालिचा
लपंडाव तेथे चालला खारींचा
वाळले सुकले पिवळे गवत
लवत्या तुऱ्यांची वाऱ्याला सोबत

निष्पर्ण वृक्षांचे सुबक पिसारे
सुरू देवदारांचे हिरवे मनोरे
तळाशी माजल्या काट्याकुट्यांतून
लाललाल बेरी येति ओथंबून

धवल या देशी पावलांची नक्षी
आली ती कोठून, जाती कोणदिशी?
अल्लड सशाची अलगद उडी
इथून गेलेली हरिणांची जोडी

गार गार वारा झोंबतो नाकाला
कानात गुंजतो बधिर झालेल्या
दूरच्या एकल्या शेकोटीचा धूर
थांबून राही त्या सोडवेना घर

पाहता पाहता विरते धुकटे
सोनेरी उन्हाची दुलई प्रकटे
पर्वतशिखरे तेज:पुंज होती
किर्मिजी शेंदरी सोनियाच्या ज्योती

भव्य दिव्य ते विराट दर्शन
जीवाला शिवाची सापडते खूण
असा तो सुंदर स्वर्लोक पाहुनी
मिटेन डोळे मी अती आनंदानी!

आईची टिकली

आपण असतो, शिकून शहाणे झालेलो
पैसा कमावून जग जिंकून बसलेलो
(असं आपल्याला वाटत असतं)
आई असते आपली, भोळीभाबडी कसबापेठी
अगदी बावळट म्हणावी अशी
(असंही आपल्याला वाटत असतं)

आपण असे जात असतो रस्त्याने, अर्ध्या चड्डीत
आईचं बोट धरून
रस्त्यातल्या पाट्या वाचीत
नुक्तंच वाचायला शिकलेलो असतो आपण
'ह नऽ नऽ नी नूऽ हनूऽऽ, हनूऽम हनुमत हनुमंत!
स स साऽ यऽ साय सायक– ल, सायकल
म म मा मा मा अं अं'
"मार्ट. हनुमंत सायकल माऽर्ट." आई सांगत असते कौतुकाने,
आनंदाने.
उशीर होत असतो तिला. अजून भाजी आणायची असते,
स्वयंपाक करायचा असतो.
भुकेलेल्या दहा तोंडांचा संताप झेलायचा असतो तिला.
पण ती रागावीत नाही, घाई करीत नाही. टाइम सेन्स नसतो नं, तिला.

'च ड ड डा, चऽडाऽ चड्ड चड चड...' आपण अडखळतो.
जोडाक्षरं कुठं येतात वाचायला अजून?
'चड्डा, चड्डा ट्रेडिंग कंपनी' आई मदत करत असते.

'एऽ तू गप ना. मी वाचतोय ना? मग मधे मधे कशाला उगीच
बोलतेस...?' आपण फटकारतो.
'बरं बरं, सॉरी.' ती म्हणते. सवय असते ना तिला
'चड्डा नाही चड्डी. चड्डी सुटली– हा हा...' आपला विनोद असतो.
आई हसत असते खो-खो. खदखदून, अगदी मनापासून.
'कसं काय सुचतं रे तुला?' ती म्हणते.
(असल्या फालतू जोकवर कुणी हसतं? वेडी कुठली!)

आपण जात असतो रस्ताने पाठीवर दप्तर टाकून, घाईघाईने.
उशीर झालेला असतो शाळेला.
एवढ्यात कोणी मुलगा झपूकन् सायकलवरून जात असतो
जाता जाता हाणतो एक सणसणीत टप्पू असतो डोक्यावर
आपण कळवळतो, चरफडतो. पण काय करणार असतो आपण?
सायकल कुठे येते चालवायला आपल्याला?
सगळी दुनिया चालवते सायकल, पण आपण घाबरत असतो ना!

म्हणून चालत असतो आपण शाळेकडे उशिरा
आई मागे लागलेली असते आपल्या–
सायकल शीक म्हणून. आपण नाही ऐकत तिचं.
आईचं कुठे ऐकायचं असतं?
आणि तिला कुठे येतेय सायकल चालवायला?
तिला काय माहिती पडल्यावर किती लागतं ते
(वर सगळे हसतील, ते वेगळंच)
आईनं मात्र मनावर घेतलेलं असतं. पोरगं भेदरलंय, हे तिला उमगलेलं
असतं.
तिनं शाळेतल्या मित्राला बोलावलेलं असतं सायकल घेऊन
तोही निर्मळ मनाने शिकवत असतो, न हसता
थोड्याच वेळात आपण सायकल चालवत असतो.
आनंदाने, जोरजोराने
पुढच्याच क्षणी धाड्कन् जमिनीवर आलेले असतो आपण
शरमिंदे होऊन

फुटलेला गुडघा आणि खरचटलेलं ढोपर पाहून
आईवर संतापलेले असतो आपण खूप
चेहऱ्यावर हसू, पण डोळ्याला मात्र आसवांची धार लागलेली
असते आईच्या.

आपण चाललेले असतो रस्त्याने मुंबईच्या टॅक्सीतून
घाईघाईने व्हिसा कलेक्ट करून फ्लाईट पकडायची असते
आपल्याला रात्रीची
आईची खूप इच्छा असते आपण अमेरिकेला जावं अशी
आपण जात असतो अमेरिकेला आपल्या स्वप्नासाठी.
ॲम्बिशनसाठी.

एचवन, ग्रीनकार्ड, करिअर, जॉबसर्च, मुलं, शाळा,
इन्व्हेस्टमेन्ट्स, मित्रमंडळ, व्हेकेशन्स्...
हळूहळू कळतवळत समजून उमजून गुंतत जात असतो आपण
आई कधीच बोलत नाही तसं, पण तिला तिची चूक कळून
आलेली असते.
आपण परत यावं, अशी तिची आता इच्छा असते
(बी केअरफुल वॉट यू विश फॉर, फॉर सम डे यू माइट गेट इट...)
पण आपण परत जाणार नसतो. उडवाउडवीची उत्तरं देत
रहातो. फालतू विनोद करत रहातो.
वेडी! आईच्या इच्छेसाठी थोडेच आलेले असतो आपण?

आपण जात असतो रस्त्याने खंडाळ्याच्या घाटातून
गाडी चढत असते कण्हत, कुरकुरत
आपण पहात असतो खिडकीबाहेरून करड्या आभाळातले फिकट तारे
वाटेतल्या फूडमॉलमधे चहा पिता पिता मित्रांनी
सगळं सांगितलेलं असतं आपल्याला
कोमा, व्हेंटिलेटर, हॅमरेज, शुगरलेव्हल...
सगळं घुसलेलं असतं आपल्या कानांत
दिसतात समोर काका, आत्या, मावश्या, भाचरं, भावंडं

नातेवाईक, मित्र आणि वडील
सख्खा भाऊ मात्र अजून दूर विमानात
सगळ्यांच्या चेहऱ्यावर लिहिलेलं असतं स्पष्ट–
जे आपल्याला समजलेलं असतं आधीच, खंडाळ्याच्या घाटात
आपण आत जातो. डॉक्टर सांगतात काहीतरी निरर्थक
आपण मान हलवीत रहातो.
'हो हो डॉक्टर... थँक्यू डॉक्टर' म्हणत असतो
आई तिथेच असते, पण बोलत काही नसते
हाकेला ओ न देण्याची आज तिची टर्न असते

आपण उभे असतो आरशासमोर दाढी करत
नुकतेच आलेलो असतो आपण अमेरिकेहून कितीतरी वर्षांनी
लाईट गेलेले असतात नेहमीप्रमाणे. पाणी जाणार असतं
लवकरच. अंघोळ आटपली पाहिजे पटकन्
पाणी भरून ठेवलं पाहिजे. वॉशिंगमशीन लोड करून ठेवलं पाहिजे.
बाई इतक्यात आल्या तर बरं, नाहीतर भांडी घासून टाकली
पाहिजेत हातासरशी.
(हे असं नेहमीच असायचं का? का अलीकडेच बिघडलंय सगळं?)
अंधाऱ्या आरशात दिसत असतं आपल्याला काहीबाही
हात थबकलेला असतो आपला अर्ध्यातच
डाव्या हाताच्या कोपऱ्यात आरशावर एक डाग पडलेला असतो
वेड्यावाकड्या अनेक डागांत हाच एक नीटस गोलसर दिसतो
काळसर लाल रेखीव गोल आपण निरखून पहात असतो
आणि कळलेलं असतं आपल्याला–
ही आईची टिकली!
आपण क्षणात भानावर आलेले असतो
नुकत्याच दाढी केलेल्या गालांवर ओघळणारे अश्रू झोंबत
असतात.
आपण पुन्हा रेझर चालवू लागलेले असतो!
पण त्याआधी तर्जनीने त्या टिकलीला जरूर स्पर्श केलेला असतो.

अमेरिकन मराठी

सागराची साद येता घेतली जी झेप मी,
पोचलो येऊन येथे कसलीच नसताना हमी

बोललो तेव्हा स्वत:शी, काळ काही राहिन ऐसा
जाईन माघारी घरासी जमवुनी कनवटीस पैसा

राहिलो येथेच आहे करीत आठव मी घराचा
कडूजहर प्याल्यात कॉफी, स्वाद ओठी परि चहाचा

दिवस जाता जात गेले, कॉफीच मजला प्यार ही
चार जमले मित्र काही, त्यांनाच म्हटले यार ही

आता कधी जातो बघाया, खिन्न त्या जलधीस केव्हा
चोरून लाटा विरून जातो मूक दरया दूर तेव्हा!

सोन्याचा रस्ता

सोन्याचा रस्ता, चांदीचा धूर
गाव राहिला मागे दूर

इथवरी आलो पैसा जोडाया
नवे सौंगडी, नव्या सराया

पैसा केला, घालविलाही
हाती उरले किंचित काही

वर्षे सरली वर्षांमागुनी
फिरत राहिलो वर्तुळात मी

येणारा रस्ता होता सोनेरी
वाट घराची परी काटेरी!

विमान

एक विमान विमान
येई वेगानं वेगानं
यावं एकाच झेपेत
त्यानं क्षितीज भेदून

प्राण डोळ्यांत डोळ्यांत
आशा मनात मनात
जेव्हा दिसेल विमान
जीव येईल जीवात

का हा उशीर उशीर,
मन अधीर अधीर...
येता समोर विमान
वाहे नेत्रांतून पूर!

व्रत

भिन्न भिन्न काली, भिन्न भिन्न चाली
छिन्नभिन्न झाली, आयुष्ये ती

ज्ञानोबास माझ्या, वाळीत टाकीले
छळत्रास केले, अनाचारे

तुकोबा संताला, संसारी छळीले
नदीत टाकीले, वेदगाथा

जनी जनार्दन, म्हणत मुखाने
छळीले सुखाने, माऊलीस

वेदांचा विचार, पुराणे आधार
नाकारी कैवार, निराधारा

असे हे जन, छळून मारीती
मागून लादीती, देवपण

तरीही पुण्यात्मे, छळही सोसून
निर्धार राखून, व्रत घेती

राम हद्दपार आहे

आज राज्यातून अपुल्या राम हद्दपार आहे
रामनामाचा परंतु नेटका व्यापार आहे

दीनदुबळ्या भुकेल्या रंजलेल्या माणसांना
शाश्वती ना कशाची, ना यातनांना पार आहे

हाव सत्तेची कुणाला, लोभ पैशाचा कुणाला
काही द्यावे काही घ्यावे, रोजचा व्यवहार आहे

लालसेला अंत नाही, अधमतेची खंत नाही
फेकुनी हुंडीत सोने, मोक्षही मिळणार आहे

राज्य रामाचे न मोठे, कोपरा हृदयात कोठे
मागतो तो तोही आम्ही नाकारला धिक्कार आहे

आज राज्यातून त्याच्या, राम हद्दपार आहे...!

तुम्ही कोण, आम्ही कोण?

तुम्ही कोण, आम्ही कोण?
तुमचं आमचं नातं काय?
तुम्ही असलात किंवा नसलात,
म्हणून आमचं जातं काय?

तुम्ही जगलात, आम्ही जगलो
मराल तुम्ही, सांगतो नक्की
आम्हीहि मरू, पण नंतर तुमच्या
ही खात्री धरा पक्की!

असाल तुम्ही शूर सरदार
तालेवार बड्या घरचे
आणि आम्ही जरी जीवन
जगत असलो उघड्यावरचे

तुमच्याकडे आम्ही, आमच्याकडे तुम्ही
जरी आलो गेलो नाही कधी
हजारवेळा भेटलो तरी
चौकशी केली नाही साधी

असं जरी असलं,
वरकरणी नसलं
तरी आतून आहेच
बंधुत्व आपलं

तुम्ही कोण, आम्ही कोण?
तुमचं आमचं नातं काय?
एकच हवा, पाणी, माती
तुमची आमची एकच माय!

धुकट पारवं ओलं आभाळ

धुकट पारवं ओलं आभाळ
निष्पर्ण फांद्यांत अडकलेला भरकटणारा वारा
बर्फगार मृत्युस्पर्शी चटक्यांनी थरथरणाऱ्या डहाळ्या
त्या डहाळ्यांना तोल सावरीत बिलगून रहाणारे पाण्याचे थेंब
आणि फांद्यांच्या टोकांशी अस्फुट नाजूक कळ्या—

उबदार, सुगंधित रंगारंग, उद्याचे आश्वासन देणाऱ्या...

www.ingramcontent.com/pod-product-compliance
Lightning Source LLC
Chambersburg PA
CBHW030339030726
47499CB00003B/839
* 9 7 8 9 3 5 1 1 7 0 3 0 3 *